தபால்காரர் பெண்டாட்டி

D1680127

பிரபஞ்சன்

டிஸ்கவரி பப்ளிகேஷன்ஸ்
எண்: 9, பிளாட் எண்: 1080A, ரோஹிணி பிளாட்ஸ்
முனுசாமி சாலை, கே.கே.நகர் மேற்கு,
சென்னை – 600 078. பேச: 99404 46650

வெளியீட்டு எண்: 0126

தபால்காரர் பெண்டாட்டி (சிறுகதைகள்)

ஆசிரியர்: **பிரபஞ்சன்**

பிரபஞ்சன் அறக்கட்டளை©

THABAALKAARAR PENDTAATTI

Author: **Prapanchan** ©

Discovery 1st Edition : Sep - 2023
168 Pages
Print in India
ISBN:978-93-91994-83-9
Rs.220

Publisher • Sales Rights

Discovery Publications
No. 9, Plot,1080A, Rohini Flats,
Munusamy Salai,
K.K.Nagar West, Chennai - 78.
Tamilnadu, India.
Mobile: +91 99404 46650

Discovery Book Palace (P) Ltd
No. 1055-B, Munusamy Salai,
K.K.Nagar West,
Chennai-600 078.
Ph: (044) 4855 7525
Mobile: +91 87545 07070

discoverybookpalace@gmail.com / www.discoverybookpalace.com

இந்த நூலில் பிரசுரமாகியுள்ள எந்த ஒரு பகுதியையும் எழுத்துபூர்வமான முன்அனுமதி பெறாமல் எடுத்தாள்வதோ, மறுபிரசுரம் செய்வதோ, மொழியாக்கம் செய்வதோ, ஊடகங்களில் மறுபதிப்புச் செய்வதோ, காப்புரிமைச் சட்டப்படி தடை செய்யப்பட்டுள்ளது. இந்த நூலிலிருந்து சில பகுதிகளை மேற்கோள்காட்டி நூல்அறிமுகம் செய்யலாம்.

உங்கள் மொபைல் போனிலிருந்து ஸ்கேன் செய்து 'டிஸ்கவரி புக் பேலஸ்' மொபைல் ஆப்பை டவுன்லோடு செய்து, புத்தகங்களை வாங்குங்கள்.

பதிப்புரை

பிரபஞ்சன் எனும் புனைபெயரில் எழுதிய சாரங்கபாணி வைத்திலிங்கம், பிரஞ்சியர் ஆண்ட புதுச்சேரியில் 27.04.1945ல் பிறந்தவர். பள்ளிக் கல்வியைப் புதுச்சேரியிலும், தஞ்சைக் கரந்தைத் தமிழ்ச் சங்கத்தில் புலவர் கல்வியும் கற்றவர்.

1961ஆம் ஆண்டு அவரது முதல் கதை பிரசுரம் கண்டது. 2017 வரை அவர் எழுதிய சிறுகதைகளில் 14 கதைகள் தேர்ந்தெடுக்கப்பட்டு 'தபால்காரர் பெண்டாட்டி' எனும் தொகுதியாக இப்போது வெளிவருகிறது.

பிரபஞ்சன் கதைகள், மானுட மகத்துவம் பேசுபவை. சாதாரண மனிதருக்குள் புதைந்து கிடக்கும் பரிவை, அருளை, நியாய உணர்வை, ஒரு சிநேகிதனின் நெகிழ்ந்த தொனியில் சொல்பவை. ஊற்றுநீர்போலக் கனிந்து, சந்தர்ப்பங்களில் வெளிப்படும் மனிதர்களின் அரிய மானுடத் தருணங்களை இனம்கண்டு, கலாபூர்வமாக விளம்புபவை அவரது கதைகள். பகை, வெறுப்பு, துவேஷம் எதுவுமற்ற மனம் கொண்ட ஈரத் தமிழ்க் கதைசொல்லியான பிரபஞ்சன், தன் காலத்துப் புனைவைச் செழுமைப்படுத்திய எழுத்தாளர். வரலாற்று நாவல் துறையில் ஒரு புதிய பாதை வகுத்தவர்.

கட்டுரைகள், நாடகம் என சமூக இலக்கியத்துறையில் தொடர்ந்து இயங்கிவந்த பிரபஞ்சன் 21.12.2018ல் மறைந்தார்.

தமிழ் இலக்கியத்தில் பிரபஞ்சனின் எழுத்துகள் பொக்கிஷங்களாகப் பாதுகாக்கப்பட வேண்டும். அவரின் சிறுகதைகளை 'டிஸ்கவரி பப்ளிகேஷன்ஸ்' நிறுவனம் மூலமாக வெளியிடுவதில் பெருமை கொள்கிறோம்.

- மு.வேடியப்பன்

(2017ஆம் ஆண்டு பிரபஞ்சன் எழுதிய முன்னுரை)

நான் நிறைவுகொள்ளும் நாள் இது

சிறுகதை என்கிற வடிவம் மிகவும் அழகியது. நுணுக்கமும் ஆழமும் கூடி வாழ்வைத் துலக்கமுற உரைப்பது சிறுகதை. வாழ்வையும், வாழ நேர்ந்த மனிதர்களின் அசலான பிம்பத்தை மிகக் குறுகிய பக்கங்களிலும் வார்த்தைகளிலும் சொல்லிவிடக்கூடிய வடிவமும் அதுவே ஆகும்.

ஒரு மொழியின் பெருமைகளில் ஒன்று கதை. கதைகளை உடைய மொழிகள், காலத்தைக் கைப்பிடித்து யுகங்கள் தாண்டியும் மனிதகுலத்தை அடுத்த பரிமாணத்துக்குக் கொண்டு சேர்க்கின்றன. கதைகள் கதைகளாக மட்டுமே இருந்து பல உள் வினைகள் ஆற்றுகின்றன. அது எதையேனும் சொல்லிக்கொண்டு நிற்கிறதா? இல்லை... அது ஓடிக்கொண்டே இருக்கிறது. ஆனால், அது பேசிக்கொண்டும் இருக்கிறது. நாம் கேட்க நம்மைச் சித்தப்படுத்திக்கொண்டால், ஆற்றிடமிருந்து நிறைய விஷயங்கள் நம்மால் நிரப்பிக்கொள்ள முடியும். நல்ல கதை என்பது ஆறு போன்றது. கதைகள் எப்போதும் இறந்தகாலத்திலேயே சொல்லப்படுகின்றன.

ஏன் எனில், இது இவ்வாறு நிகழ்ந்தது என்பதைக் கதை சொல்கிறது. ஆகவே, கதைகள் இறந்தகாலத்தில் நிகழ்கின்றன. இறந்தகாலம் என்றால், இல்லாமலே ஆன காலம் என்று அர்த்தம் ஆகாது. (தமிழ் இலக்கணம், இறந்ததைத் தழுவி எச்சத்தையும் பார்க்கச் சொல்கிறது.)

நினைவுக் கிடங்கிலிருந்து வெளிவரும் ஒரு சம்பவம் சொற்களாகவே வெளியே வருகிறது. பதிந்துபோயிருந்த அந்தச் சம்பவம் 'நேற்று' நடந்தது. முடிந்ததா என்றால், இல்லை. எதுவும் முடிந்துபோவது இல்லை. முடிந்தது என்று நாம் நினைப்பது ஏதோ ஒரு உருவில் இன்றும் தொடர்கிறது; நாளையும் தொடரும். ஆக, கதைகள் மூன்று காலத்தையும் உள்ளடக்கியவை. அ-காலம் என்று ஒன்றையும் உள் கொண்டது கதை.

எழுதப்பட்ட காலத்திலும் அது கடந்தும் கதைகள் பேசிக்கொண்டே இருக்கின்றன. சங்க வாசகனுக்குத் தொனித்த ஒரு கதை, சோழர் காலத்து வாசகனுக்கு வந்து சேரும்போது, புது அர்த்தம் கொள்கிறது. இன்றைய வாசகனுக்கு, அது இன்னுமொரு அனுபவத்தைத் தரக் காத்திருக்கிறது.

இலக்கியத்தின் தன்மை என்பது இதுதான். நல்ல படைப்பிலக்கியம் காலம் கடந்து ஜீவித்துக்கொண்டே இருப்பதன் சூட்சுமம் இதுதான்.

நல்ல விஷயமாக என் பள்ளிப்பருவக் காலத்திலேயே புதுமைப்பித்தன் கதைகள் வாசிக்கும் நிலை வாய்த்தது. கல்லூரிக் காலத்தில் தி.ஜானகிராமனை, எம்.வி.வெங்கட்ராமனை வாசிக்கவும், சந்தித்து உரையாடவும், நட்புக் கொள்ளவுமான வாய்ப்புகள் கிடைத்தன. தஞ்சை பிரகாஷின் மாபெரும் நூலகம் வாசிக்கக் கிடைத்தது, என் பேறு.

புதுச்சேரியில், இன்று ரோமென்ட் ரோலன் என்ற பெயரில் இயங்கும், அருமையான நூலகத்தில் இருந்த பிரஞ்ச் மற்றும் ரஷ்ய இலக்கியங்களின் தமிழ் மொழிபெயர்ப்புகள், படைப்பிலக்கியத்தின் பல சாகைகளை, பல கோணங்களை, பல பார்வைகளை எனக்கு அளித்தன. ‘தொடர்ந்த வாசிப்பு, எழுதுபவர்களுக்கு இருக்க வேண்டியது மிக அவசியம்’ என்று வாழ்நாள் முழுக்க சொல்லிக்கொண்டே இருந்தார் க.நா.சு.

அதேபோல, ‘தொடர்ந்து எழுதிக்கொண்டும் இருக்க வேண்டும்’ என்பார் க.நா.சு. ‘தொடர்ந்து தினம்தோறும் எப்படி எழுத முடியும்?’ என்று, அவர் புதுவை பல்கலையில் பணிசெய்ய வந்திருந்தபோது கேட்டேன். உடனே அவர், ‘முடியாதுதான்... முடியாதபோது, மொழிபெயர்ப்பு செய்யுங்கள்!’ என்றார். மொழி ஆக்கம் மூலம், அவர் தமிழுக்குச் செய்த பணியைத் தமிழர்கள் மறக்கக் கூடாது.

1961-ல் என் எழுத்து பிரசுரம் கண்டாலும், 1970-களுக்குப் பிறகே சிறுகதைகள் எழுதுவதில் நான் ஈடுபட்டேன். இத்தனை ஆண்டுகளில் உங்கள் கைகளில் உள்ள கதைகளை என்னால் எழுத முடிந்துள்ளது.

2017-வரை நான் எழுதியிருக்கும் கதைகளின் ஒரு தொகுதி இது. நூல் உருவாக்கத்தில் உழைப்பை நல்கியதோடு, இந்தத் தொகுதிகளை அழகாகவும் செறிவாகவும் வெளியிட்டிருக்கும்,

நண்பர் திரு.மு.வேடியப்பன் அவர்களுக்கு இந்த நேரத்தில் என் மனம் நிறைந்த நன்றியையும் அன்பையும் தெரிவித்துக் கொள்கிறேன்.

இந்தத் தொகுப்புகள் வெளிவந்த இன்று என் 73 வயதில் பிரவேசிக்கிறேன். 27.04.1945-ல் பிறந்து, 1961 முதல் 55 ஆண்டுகளாக எழுதிக்கொண்டிருக்கும் என் மேல் தமிழ்கூறும் நல்லுலகம், நண்பர்கள், வாசகர்கள் கொண்டிருக்கும் அன்பை, நட்பை அவர்கள் இணைந்து நடத்தும் என் பாராட்டு / நூல் வெளியீட்டு / பரிசளிப்பு விழா நிகழ்ச்சிகள் எனக்கு மன நிறைவைத் தருகின்றன. இதற்கென உழைத்த என் அன்பு இலக்கிய உலக வாசகர்களை நினைக்கையில் என் மனம் ஈரம் கொள்கிறது. தமிழர்கள், தம்மை நேசிக்கும் இன்னொரு தமிழனை எப்போதும் நினைவு கொள்வார்கள் என்பது மீண்டும் நிரூபணம் ஆகி இருக்கிறது. என்னைப் பாராட்டுவது என்பது, இப்போது எழுதத் தொடங்கி இருக்கும் எழுத்தாளர்களைக் கௌரவிப்பது என்றே பொருள் கொள்ள வேண்டும்.

என் அன்பு வாசகர்கள் காலந்தோறும் தோன்றிவரும் கலைஞர்கள் எழுத்தாளர்களைக் கௌரவித்தபடி இருக்க வேண்டும் என்பதே நான் கூற விரும்பும் இந்த நாள் செய்தியாகும். தேவையான நேரம் அளவாகப் பெய்யும் மழையாக நாம் இருப்போம்.

சென்னை - தமிழ்நாடு
2017

தோழமையுடன்,
பிரபஞ்சன்

பொருளடக்கம்

1. யாசுமின் அக்கா.. 09
2. இப்படியாக ஒரு ஜீவிதம்.................................. 18
3. கோடரியும் கொழுந்தும்................................... 28
4. மகிழம்பூ.. 37
5. வாசனை 3.. 47
6. அவலம் 76
7. எலி, எருமை, வராத மழை!............................. 87
8. தபால்காரர் பெண்டாட்டி................................ 99
9. நான் இருக்கிறேன்2.. 108
10. பாயம்மா.. 119
11. பிணையாழி... 128
12. பிராந்து... 137
13. பூக்களை மிதிப்பவர்கள்....................................145
14. மனமயக்கம்.. 155

யாசுமின் அக்கா

யாசுமின் அக்கா, மிகுந்த சந்தோஷத்தில் இருந்தாள். சற்றைக்கு முன்புதான் அந்தச் செய்தி வந்திருந்தது. ஜெகான் பாய் வரப் போகிறார் என்கிற செய்தி ஆதன் அது. "யாரசூலே" என்றபடி, ஒரு கணம் மெய்மறந்து நின்றாள். அப்புறம், சுதாரித்துக்கொண்டாள்.

"ஏடி... ஹஜீருக்குட்டி... இங்கன வா. அத்தா வரப் போறார்" என்று கூப்பாடு போட்டாள். குரல் உயர்த்திப் பேசி அறியாத யாசுமின் அக்கா, இப்படி ஏழூருக்கும் கேட்கிறது மாதிரி சப்தம் போடுவதாவது, சமையல்காரப் பெண் லட்சுமி தோட்டக்காரர் முனிசாமி எல்லோரும் என்னவோ ஏதோ என்று குழுமி விட்டார்கள்.

"என்னம்மா, என்ன?" என்றாள் லட்சுமி. பதற்றத்துடன், முனிசாமி முண்டாசை அவிழ்த்துத் தலையைச் சொறிந்துகொண்டு நின்றார். அம்மா முன்னிலைக்கு வரும்போதெல்லாம், அவர் தலை அரிக்க ஆரம்பித்து விடுகிறது.

யாசுமின் அக்காவுக்கு வெட்கம் பிடுங்கித் தின்றது. தான், பெரிய சப்தம் எழுப்பி விட்டதை உணர்ந்தாள். வெட்கத்தோடேயே சொன்னாள்;

"ஹஜீருக்கு அத்தா வரப் போறாகடி. சேதி வந்திருக்கு"

"ஹை அப்படியாம்மா... சவாசு" என்றாள் லட்சுமி.

ஹஜீருக்கு அப்பா, சம்பாத்தியம் பண்ண, அசல் தேசத்துக்குப் போய்த்தான் எத்தனை வருஷங்கள் ஓடிப் போய்விட்டன. ஹஜீரு, சின்னப்

பாவாடையும், சட்டையும் போட்டுக்கொண்டு மெல்ல நடந்து பயின்றபோது போனவர், இப்போ, ஹஜீரு, வயசுக்கு வந்து, பெரிய மனுஷியாட்டம் அல்லவோ ஆகிப் போனாள். அவள் கண்களில் போட்டுக்கொண்டிருந்த மைக்குப் பின்னால் ஜொலிக்கும் அந்தப் பெரிய கண்களில் எத்தனை புதுப் புது சந்கேதங்கள் பிறக்கின்றன.

ஹஜீரா, "என்னம்மா" என்றபடி வந்தாள்.

"உங்க அத்தா வறாக, இப்பத்தான் போன் வந்துச்சு."

துள்ளிக் குதித்தாள் மகள்.

"எப்போம்மா?"

"அடுத்த கிழமைக்குள்ளே, ஞாயிற்றுக்கிழமை வரலாம்ங்கறாக"

யாசுமின் அக்கா, கொஞ்சம் பூசி உடம்புக்காரி. "இந்தச் சைத்தான், இப்படி வாரிப் பூசிக்கிட்டு வரலேன்னு யார் அழுதாக? கிடந்து. ஆட்டுக்குக் கொழுப்பு ஏறுகிற மாதிரி ஏறுதே" என்று அடிக்கடி, சொல்லிக் கொள்வாள். யாசுமின் அக்கா, சைத்தான் என்றது, சதை போட்டு விட்டதைத்தான் கடற்கரைக்குப் பக்கத்தில்தான், இத்தனைக்கும் அக்கா வீடு இருந்தது. "காலையிலும் மாலையிலும் நடையேன்" என்று ஜெகான்பாய் அடிக்கடி சொல்லத்தான் செய்தார். "எங்கே ஒழிகிறது?" என்பாள் யாசுமின் அக்கா. காலை தூங்கி எழுந்ததும் விடிந்ததும் விடியாததுமாகப் பலகாரக் கடை வைக்க வேண்டி இருக்கிறது. குழந்தைகள் பசியாற வேண்டுமே. ரெண்டு தெரு தள்ளி, யாசுமின் பெரியம்மா மகள் இருக்கிறாள். அவள் பிள்ளைகள்கூடப் பசியாற அக்கா வீட்டுக்குத்தான் வரும். (அல்லா, அந்த வீட்டின் பக்கம் கண் திறக்கவில்லையே, என்ன செய்ய) சொந்தப் பிள்ளைகளைக்கூடப் பட்டினி போடலாம். அந்தப் பிள்ளைகளைப் பட்டினி போடலாமோ? கடவுளுக்கே பொறுக்காதே. பலகாரம் ஆகத் தாமதம் ஆனால், அந்தப் பிள்ளைகள் என்ன நினைக்கும்.? பாவம் அல்லவா? பலகாரக் கடை முடிந்தால், இருக்கவே இருக்கிறது சோற்றுக் கடை. அப்புறம் காபிக் கடை, அப்புறம் ராத்திரிக்கு ஏதானும் செய்யத்தானே வேண்டியிருக்கிறது

"நடக்க எங்கே ஓய்வு? சரிதான் போங்கள். இனி, சிக்கென இருந்து நான் யாரை மயக்க வேணும்? கல்யாணம் ஆச்சு, குழந்தை குட்டிகளைப் பெத்தாச்சு. பேரன் பேர்த்தி வரப் போறாக. இன்னும் என்ன பிலுக்கு. நான் என்ன சினிமாவிலே

'ஆக்ட்' கொடுக்கப் போறவளாக்கும்..." என்று ஜெகான் பாயிடம் சொன்னாள் அக்கா. பாய்க்கு இந்த விஷயத்துல வருத்தம்தான்.

அக்காவுக்கு மாமாவைக் குறித்து இந்த விஷயத்துல, பெருமை மட்டாய் இல்லை. அது குடும்ப வாகு. வழித்து விட்டாற்போல, இருப்பார். ஜெகான்பாய், ஒரு பிடி சதை கூடுதலாக இருக்க வேண்டுமே! வயது ஐம்பத்திரண்டு என்று அவர் சொல்லி ஆச்சர்யப்பட்டவர்கள் உண்டு. தலையோ, தாடியோ ஒரு நரை இருக்க வேண்டுமே, இல்லை, எல்லாம் நெருப்பைக் குளிப்பாட்டின நிறம். ஒரு சின்னப் பையனைப் போன்ற துறுதுறுப்பு. ஒரு நிமிஷம் சும்மா இருக்க மாட்டார். ஜன்னல் கம்பிகளின் கீழே புழுதி படிந்திருப்பதைச் சுத்தப்படுத்திக்கொண்டு இருப்பார். இல்லையென்றால், டிரான்சிஸ்டரைச் சுத்தமாகப் பிரித்து, பழுது பார்த்துச் சரிப்படுத்திக்கொண்டிருப்பார். இல்லையென்றால் இருக்கவே இருக்கிறது, அலமாரிகளைச் சரி பண்ணும் வேலை. துணிகளை ஒழுங்காக வைத்திருப்பது சட்டை அடுக்கு, கைலி அடுக்கு, கைக் குட்டை அடுக்கு எல்லாம் தெளிவு ஒன்றுடன் ஒன்று கலக்கக்கூடாது.

அதன் அதனுக்கு உரிய நீதி அதனுக்கு!

சமையல் பெண்ணை அழைத்து அக்கா சொல்லிக் கொண்டிருந்தாள்.

"நல்லா கேட்டுக்கோடி லட்சுமி. ஹஜீருக்கு அத்தா வர இருக்காக. அவுகளுக்குத் தேங்காப்பால் சாதம் பண்ணோனும். அது அவுகளுக்கு இஷ்டம். நல்ல நெத்தா, முத்தின தேங்காயா பாத்து அம்பது வாங்கிப் போட்டு வச்சுக்கோ. அப்புறம், கடற்கரை செட்டியாரண்டைக்குச் சொல்லி அனுப்பி பெரிய எறா எவ்வளவு கிடைச்சாலும் இங்ஙனே அனுப்பச் சொல்லு. அப்புறம், கசாப்புக் கடை இசுமாயில் மாமாவுக்குச் சொல்லி அனுப்பி, தினத்துக்கும் மூணு கிலோ நல்ல தொடை இறைச்சியா கொடுத்து அனுப்பச் சொல்லிவுடு. மீனு, வவ்வா, வஞ்சிரம்னு பெரிசா வாங்கி, பிரிஜ்ஜிலே வையி. அப்புறம் நீயி, இப்படி அடுப்புக் கறி பூசிக்கிட்டு பங்கரையாட்டம் அவுக முன்னால வந்து நிக்காதே. வேணும்கிற புடவை சாக்கெட்டு என் அலமாரியைத் திறந்து எடுத்துக்கோ. என்ன நான் சொல்றது?"

சொல்வதற்கு என்ன இருக்கிறது. யாசுமின் அக்கா கொடுப்பதில் எத்தனைப் பிரசித்தம்? அக்கா வீட்டுக்கு வந்து கையை நனைக்காமல் எவர்தான் போக முடியும்? கிழிசலும்,

கோரமுமாய் வந்த உறவினர்கள் புதுசு உடுத்திக்கொள்ளாமல் திரும்பியது உண்டா? லட்சுமியேகூட வெறும் தகர டிரங்க் பெட்டியோடு மட்டும்தான் வந்து சேர்ந்தாள். இன்று கர்ப்பிணி வயிறு மாதிரி பெட்டி துணிமணிகளால் பிதுங்குகிறதே!

"போக்கா! நல்ல ஒஸ்தி, ஒஸ்தியா புடவை எடுத்துக் கொடுத்துட்டே, அதுகளை கட்டிக்கிட்டு சமையல் கட்டுக்குப் போயி நிக்க மனசே வரமாட்டேங்குது" என்று லட்சுமி சிணுங்கினாள்.

யாசுமின் அக்காவுக்குச் சிரிப்பு பொத்துக்கொண்டு வந்தது. உடம்பு குலுங்க நகைத்தாள் அக்கா.

"உடுத்துக் களையத்தானேடி புடவையும், சாக்கெட்டும்? பழசானா புதுசு மாத்திக்கிட வேண்டியதுதானே? இருக்குறக் கொள்ளோ அனுபவிக்க வேணுமடி"

மாமா வருகிற நாள், அதிகாலமே எழுந்து வீட்டையும் எழுப்பி விட்டு விட்டாள் அக்கா, மாமா சீக்கிரம் சகல சவுகர்யங்களுடன் திரும்ப வேண்டும் என்று எத்தனைப் பிரார்த்தனைகளைச் செய்திருக்கிறாள் அக்கா. நாகூர் ஆண்டவர் தொடங்கி காட்டுபாவா வரைக்கும் பல தர்க்காக்களில் நேர்த்திக் கடன் செய்துகொண்டிருந்தாள் அக்கா. பக்கிர்களுக்கு விருந்து படைப்பதாகப் பிரார்த்தனை. ஒவ்வொரு முறையும் மாமா வந்து சில மாதங்கள் இருந்து போவார். அப்போதெல்லாம் அக்கா சொல்வதுண்டு.

"இன்னொரு வாட்டியும் வெளிதேசம் போறியளா? நமக்கு இருக்கும் பணம் காசு இதுகள் போதாதா? குட்டிக்கு நிக்காஹ் பண்ணி வைக்க வேணாமா? அவளுக்கும் வயசாகுது இல்லையா? இன்ஷா அல்லாஹ், இந்த வருஷமாச்சும் கல்யாணம் முடிச்சிடுவோமே..." என்பாள். மாமா வழக்கமாக ஏதாவது சொல்வார். காலில் சுடுதண்ணீர் ஊற்றியது மாதிரி உடனே திரும்பி ஊருக்குப் போய் விடுவார்.

அக்காவுக்கு நம்பிக்கை இருந்தது. இந்த முறை, அவரைத் தக்க வைத்துக்கொண்டு குட்டிக்குக் கல்யாணத்தை முடித்துவிட வேண்டும்.

யாசுமின் அக்கா புதுப் பச்சைப் புடவையில் இருநாதள். பூப்போட்ட பச்சைப் புடவை, கரும்பச்சை நிறத்தல் ஜாக்கெட் அணிந்திருந்தாள்.

"ஏடி, குட்டி... தேத் தண்ணி ரெடியா இருக்கா?"

"இருக்கும்மா"

"சுக்குப் பொடி போட்டிருக்கில்லே?"

"போட்டு இருக்கேம்மா"

"ஏலக்காயைப் பொடி பண்ணி வச்சிருக்கேல்லியா?"

"இருக்கும்மா"

"அவுக வந்துவுடன் தேத் தண்ணி கேப்பாக, வெறும் தேத் தண்ணி கொண்டாறப்படாது. கூட ரெண்டு முறுக்கு, ரெண்டு பொரிவிளங்காய் உருண்டை, ரெண்டு தேங்கா பர்பி இதுகளோடு கொண்டு வரணும் தெரிஞ்சுதா?"

"சரிம்மா"

அக்காவின் உடம்பின் சகல பகுதிகளும் ஆடிக்கொண்டிருந்தன. டிரைவரை அழைத்தாள்.

"அம்மா" என்றபடி வந்து நின்றார் அவர்.

"காரச் சுத்தமா துடைச்சு வச்சிருக்கீரா?"

"இருக்கும்மா"

"அவுக வந்ததும் சினேகிதக் காரங்களைப் பார்க்கப் போவாக."

அக்கா வாசலுக்கு வந்து நின்றாள். கார்கள் போவதும் வருவதுமாக இருந்தன. மாமா வரும் கார் மட்டும் வராமல் சுணங்கியது. விமானம் தாமதமாகி இருக்கும். அல்லது கார் பழுதடைந்திருக்குமோ? சைத்தான் மக்கள், விமானத்தைச் சுத்தமாகத் துடைத்து எண்ணெய் போட்டு வைத்துக் கொள்கிறதுக்கு என்ன கேடு?

காட்டு பாவா, பக்கீர் ஷேக் முகமது எல்லோரையும் அழைத்து, அவுகளைப் பத்திரமாகக்கொண்டு வந்து சேர்க்கும்படி வேண்டிக்கொண்டாள். உலகம் கெட்டுப் போய்விட்டது! கண்ட கண்ட இடத்தில் எல்லாம் "ஜின்"கள் அட்டகாசம் தலைவிரித்து ஆடிக்கொண்டல்லவா இருக்கிறது. கடைசியாக மாமா வந்து இறங்கினார்.

யாசுமின் அக்கா அதிர்ச்சிக்கு உள்ளானாள். அவள் எதிர்பார்த்ததுபோல மாமா இல்லை. அவர் கறுத்தும் இளைத்தும் போய் இருந்தார். நடக்கவும் சிரமப்படுபவர்போல இருந்தது. மாமா அக்காவைப் பார்த்துச் சிரித்தார். அதில் ஜீவன் இல்லை.

"இறைவனுக்கு நன்றி சொல்வோம். ஒருவழியாகப் பத்திரமாக நான் வந்து சேர்ந்தேன்."

தனியாக அவரைச் சந்தித்தபோது அக்கா கேட்டாள்.

"உங்களுக்கு சுகக் கேடா?"

"உம்... அப்பிடித்தான், அங்கே ரொம்பவும் சிரமப்பட்டு விட்டேன். அதோடு யுத்தம் வேறு தொடங்கி விட்டதா? ரொம்ப கலகலத்துப் போய்விட்டது வாழ்க்கை. உசுரோடு ஊர் திரும்புவேன் என்று நான் எதிர்பார்க்கவில்லை" என்றார் மாமா.

அவர் வெளியில் போவதை நிறுத்தினார். உணவும் குறைந்து போய்விட்டது. மாமாவுக்கு தேங்காய்ப் பால் சோறும், ஆட்டுக்கறி குருமாவும் பிடிக்கும். அதுவும் செல்லுபடியாகவில்லை. உடம்பு காய்ந்தது. நாளாக நாளாக படுக்கையே அவர் இருக்கை என்றானது. டாக்டர்கள் வந்து போனார்கள். மாமாவுக்கு அடிக்கடி மயக்கம் போட்டது. மயக்கத்தில் பிதற்றினார். அக்கா, அவர் சொல்லு வார்த்தைகளைக் கூர்ந்து கவனித்தாள். "யாசுமின் ஹஜிர்" என்பார். சில வேளை. அடிக்கடி "பாத்திமா" என்றார். தெளிவாக மிகுந்த நேயத்தோடு அதை அவர் சொல்வதாகப் பட்டது

யார் பாத்திமா? யாரைக் கேட்பது?

மாமா, அதைச் சொல்லும் நிலையில் இல்லை. அந்த நிலையில் அதைக் கேட்பது அவரைத் துன்புறுத்துவதாக இருக்குமோ என்று அஞ்சினாள் அவள். யாரைக் கேட்பது, மண்டையைக் குழப்பிக்கொண்டாள். கடைசியில் ஈரானி அத்தையைக் கேட்பது என்று முடிவு பண்ணினாள். அத்தை, ரொம்பக் காலமாக அந்த நேரத்தில் இருந்து, அண்மையில்தான் இங்கு வந்தவள். அந்தத் தேசத்தில் மாமா வீட்டுக்குப் போக்குவரத்தும் கொண்டிருந்தவள் அவள். அவளுக்குத் தெரியாதது எதுவும் இருக்க முடியாது.

அக்கா பர்தாவை எடுத்துப் போர்த்துக்கொண்டாள். மகளைக் கூப்பிட்டு, "அத்தா, பக்கத்திலேயே இரு. அஞ்சு நிமிட்டுலே வந்துடறேன்" என்றாள். அறைக்குள் எட்டிப் பார்த்து மாமா உறங்குவதை நிச்சயம் செய்துகொண்டு புறப்பட்டாள்.

வெயில், உக்ரமாக இருந்தது.

தெருச் சொறி நாய் ஒன்று அசதியுடன் நிமிர்நுத பார்த்து, "அட... நம்ம பாய்ம்மா" என்கிற புரிதலோடு மீண்டும் படுத்துக்கொண்டது. மூன்றாம் தெருவில்தான் இருந்தாள் அத்தை இருந்தாலும் அதற்குள் அவளுக்கு வேர்த்து விட்டிருந்தது. அல்லாவின் கருணை, அத்தை, வீட்டில் இருந்தாள். இவளைக்

கண்டதும் “வா யாசுமின்... வா... என்ன இந்த வேகாத வெயிலிலே...” என்றபடி வரவேற்றாள்.

“எங்கே பொண்ணு?”

“நெல்லு மிஷின் வரைக்கும் போயிருக்கா...”

“ரொம்ப சரி...”

நல்ல வேளை அத்தை தனியாகத்தான் இருந்தாள். பர்தாவை விலக்கிக்கொண்டு அமர்ந்தாள் அக்கா.

“என்ன விஷயம் யாசுமின். உன் புருஷன் சுகம்தானே?”

“சுகம்தான் அத்தை. ம்... அத்தை ஒரு விஷயம் விளங்கணும். நீங்க அந்த தேசத்துல இருந்தவ. எங்க ஹஜீருக்கு அத்தாவுக்குப் பாத்திமான்னு யாரேனும் உறவு...”

“பாத்திமாதானேடி.... உனக்குத் தெரியாதா? அங்க பாத்திமாவை ‘நிக்காஹ்’ பண்ணி இருந்துச்சு உன் வீட்டுக்காரரு. உனக்குத் தெரிஞ்சிருக்கணும்னு நெனைச்சேனே... என்ன நடந்துச்சுன்னே எனக்குத் தெரியாது... அப்புறம் தலாக் பண்ணிடுச்சு தம்பி. சொத்து பணம் கொடுத்துத்தான்... எனக்குத் தெரியும் அவளை. ரொம்ப அழகான பெண். செம்பருத்திக் கொடி மாதிரி இருப்பா. இந்த வெயிலிலே இதுக்காகவா வந்தே”ன்னு அத்தை சொன்னதும் யாசுமின் அக்காவுக்கு நிம்மதி ஆயிற்று. அந்தப் பாத்திமா பெண்ணை, தான் பார்க்க முடியாமல் ஆயிற்றே என்று வருந்தினாள்.

நிக்காஹ் முடித்து ஹஜீரும் புருஷனும் புறப்பட்ட நாலாம் நாள், மாமா மவுத்தானார். அல்லா அவரைச் சுவனத்தில் சேர்ப்பானாக. அக்காவைச் சவுகர்யமாக விட்டுச் சென்றிருந்தார் மாமா. கார் இருந்தது. சுமார் இருபது லட்சம் பெறுமான வீடு தோட்டம் இருந்தது. நகைகள் பல லட்சத்துக்குக் காணும். ரொக்கம் மட்டும் பத்து லட்சத்துக்குக் காணும். மாமா மவுத்தான சில நாட்களுக்குப் பிறகு அக்கா ஒரு காரியம் செய்தாள். வெளிநாட்டுத் தபால் காகிதத்தையும் பேனாவையும் அட்டையையும் எடுத்துக்கொண்டு மொட்டை மாடிக்கு வந்தாள் அக்கா. மாடியின் ஒரு பகுதி நிழலில் இருந்தது. சில்லென்று காற்று வந்தது. அக்கா, எழுத ஆரம்பித்தாள்.

ஹிஜ்ரி 1413, ரஜப் மாதம் 9ஆம் தேதி

என் பிரியத்துக்குரிய சகோதரி பாத்திமாவுக்கு சகல சவுகரியங்களும் அல்லா அளிக்க என வேண்டிக்கொண்டு எழுதுவது:

என்னை உனக்குத் தெரிந்திருக்கும் என் கணவர் ஜனாப் ஜெகான் பாய். கடந்த மாதம் மவுத்தானார் என்பதைத் துக்கமுடன் தெரிவித்துக் கொள்கிறேன். இருந்தவரை மிகுந்த அன்பான மனுஷராக இறையச்சம் கொண்டவராக என் கணவர் இருந்தார். அவருக்குச் சுவனத்தில் இடம் இருப்பது நிச்சயம்.

சகோதரி! நீ சிறிது காலம் என் கணவருக்குப் பெண்டாக இருந்ததைக் கொஞ்ச காலத்துக்கு முன்பாகத்தான் தெரிந்துகொண்டேன். உன்னைப் பற்றி என் அத்தை ரொம்பவும் உயர்வாகச் சொன்னார். அவர்தான் உன் முகவரியையும் சம்பாதித்துக் கொடுத்தார்.

சகோதரி! என் கணவர் எனக்கு மிகவும் சவுகரியங்களைச் சம்பாதித்துக் கொடுத்துவிட்டுத்தான் போயிருக்கிறார். நான் சௌகரியமாக இருக்கிறேன். நீ எப்படி என்று எனக்குத் தெரியாது. உனக்கும் ஒரு பெண் குழநைத இருக்கிறதாக அறிகிறேன். உன் பொருளாதார நிலைமை எனக்குத் தெரியவில்லை. அதோடு என் கணவர் நியாயமான முறையில் உனக்கு வழி செய்து வைத்து ‘தலாக்’ செய்திருப்பார் என்று எனக்குத் தெரியும். அவர் மரணப் படுக்கையில் ஸ்மரணை இழந்து இருந்தபோது உன் பெயரைப் பலமுறை உச்சரித்ததை நான் கேட்டேன்.

உனக்கு நான் ஏதேனும் செய்ய வேண்டும் என்று இன்ஷா அல்லாஹ் நினைக்கிறேன். எனக்குள்ள ரொக்கப் பணத்தில் பாதியான ஐந்து லட்சத்தை உனக்குத் தர வேண்டும் என்று என் மனம் சொல்கிறது.

எந்த வழியாக, யார் மூலம் பணத்தை எந்த வகையில் அனுப்ப வேண்டும் என்பதைத் தயவுசெய்து எழுத வேணுமாய்க் கேட்டுக் கொள்கிறேன்.

இறைவனுக்கு முன்னால் நானோ, என் கணவரோ, நீயோ எந்த அச்சமும் இல்லாமல் தீர்ப்பு வழங்கும் நாளில் நிற்க வேண்டும் என்பதே என் ஆசை. தயவுசெய்து என் வேண்டுகோளை நீ ஏற்றுக் கொள்வாய் என்று மனப்பூர்வமாக நம்புகிறேன். உன் சகோதரி என்கிற முறையில் கேட்டுக் கொள்கிறேன். நல்ல பதிலை எதிர்நோக்கும்

உன் சகோதரி
‘யாசுமின்.’

கடிதத்தைப் பெட்டியில் போட்ட பிறகுதான் யாசுமின் மனம் சாந்தியடைந்தது.

சரியாகப் பத்தாம் நாள் பாத்திமாவிடம் இருந்து பதில் வந்தது.

அன்பான அக்கா,

இறைவன் உங்களுக்கு சகல சவுகர்யங்கள் தந்தருளட்டும். உங்கள் கடிதத்தைப் படித்து திக்பிரமை அடைந்தேன். அக்கா, உங்களுக்குத்தான் எத்தனை பெரிய மனசு. மனுசர்கள் இப்படியும் இருக்கிறதை நினைக்க எவ்வளவு சந்தோஷமாக இருக்கிறது அக்கா. தங்கள் கணவர் என்னை மணந்ததும் எங்களுக்கு ஒரு குழந்தை (பெயர் கஜீதா) இருக்கிறதும் உண்மை. இரண்டு பேரும் மனசு ஒத்து 'தலாக்' பண்ணிக்கொண்டோம். தங்கள் கணவர் எனக்குப் போதுமான சுவுகரியங்கள் செய்த பிறகே 'தலாக்' செய்தார். நான் சந்தோஷமாக இருக்கிறேன்.

அக்கா என்னை தயவு பண்ணி மன்னியுங்கள். தங்கள் பணம் எனக்குத் தேவைப்படும் நிலைமை இல்லை. அது, எனக்கு உரியதும் அல்ல. எனக்கு உரிமையில்லாத பணத்தைப் பெறுவது 'ஹராம்' அல்லவா அக்கா?

தயவு செய்து என்னை மன்னியுங்கள். அக்கா தங்களை நினைக்க நினைக்க எனக்கு அழுகை வருகிறது. அக்கா இக்கடிதத்தை அழுதுகொண்டுதான் எழுதுகிறேன் அக்கா. நீங்கள் ரொம்பவும் பெரியவர் அக்கா.

கடவுள் உங்களுக்கு ஒரு குறையும் வைக்க மாட்டார்.

உங்கள் சகோதரியாக என்றும் இருக்க ஆசைப்படும்,

பாத்திமா.

கடிதம் பல இடங்களில் ஈரம் பட்டு எழுத்து கலங்கி இருந்தது. பாத்திமாவுக்கு எந்த வகையில் பணத்தைச் சேர்க்கலாம் என்று யோசிக்கலானாள் யாசுமின் அக்கா.

1994

இப்படியாக ஒரு ஜீவிதம்

பக்கிரியைப் பற்றி உங்களுக்குச் சொல்ல வேண்டியிருக்கிறது. எத்தனையோ பேரை பஸ்சிலும், ரயிலிலும், தெருவிலும், மதுக்கடைகளிலும் விபசார விடுதிகளிலும் சந்தித்துப் பழக்கப்படுத்திக் கொள்கிறோம். என்ன நஷ்டம் ஏற்பட்டுவிட்டது? ஒன்றும் இல்லை. அத்தோடு, பக்கிரியையும் தெரிந்து வைத்துக் கொள்ளுங்களேன். மனித அறிமுகம், சினேகம், உறவு இதுகள்தானே வாழ்க்கை எனப்படுகிறது?

பக்கிரியை நீங்கள் பார்த்திருக்கக் கூடும். பஸ் நிலையத்துக்குப் பக்கத்தில், பிரயாணிகள் மற்றும் கடைக்காரர்கள் இயற்கை உபாதையைக் கழிக்கும் துர்வாச கேந்திரத்துக்கு மேற்குப் பக்கமாக ஆற்றங்கரைப் பிள்ளையார் கோயிலின் வாசலில், தோளில் வெறும் காசித் துண்டும் முட்டிவரை மட்டும் நீளும் அழுக்கு வேட்டியும், பம்மிய தலைமுடியும், தாடியுமாக, வெள்ளை வெளேரென்ற திருநீற்றுப் பட்டையுடன், ஒரு 36 வயது ஆள் பார்த்திருப்பீர்களே, சுமை தூக்கும் தொழிலாளி என்றோ, வண்டி இழுக்கும் தொழிலாளி மாதிரித் தோற்றம் அளிப்பானே அவன்தான் சார் பக்கிரி. அவன் பெற்றோர் வைத்த பெயர் பக்கிரி என்றாலும், அவனைப் பக்கிரி என்று யாரும் அழைத்து நான் கேட்டதில்லை. பித்துக்குளி, நொண்டி. போன்ற காரணப் பெயர்களால் அறியப்படுகிறவன். இப்போது அவன் முகம் லேசாகத் தட்டுப்பட்டிருக்குமே!

அன்னபூரணி லாட்ஜ் மானேஜர் சீனுவையரிடம் நாலாவது முறையாகக் கேட்டுக்கொண்டு நின்றான் பக்கிரி.

"மாமா... திருச்சேரை கோஷ்டி வரல்லையா? விடிகாலையே வண்டி வந்திருக்குமே?"

"போடா கம்மனாட்டி..." என்றார் சீனு, அவரை மீறியும் வந்த கோபம். லாட்டரி ரிசல்ட் பார்த்துக்கொண்டிருந்தார். அதிர்ஷ்ட தேவதை கண்ணடிக்கிறாற்போலவும், தூர விலகுவதுமாக இருந்த, சனி நேரம். இந்த நேரத்தில் என்ன தொந்தரவு? சங்கடம் வேறு விதமாக ஏற்பட்டுவிட்டது. வாய் நிறையக் குதப்பிய தாம்பூலம், குபுக்கென டேபிள் மேலிருந்த பேப்பரில் கொட்டி, எண்களை மறைத்து விட்டது. சீனுவின் கோபம் இதைத் தொட்டுதான்.

"ஏன்டா, கட்டேல போறவனே... அந்தத் திருச்சேரையானுக்குத் தாம்பூலம் கொடுத்தவனுக்கே கவலை இல்லை. ஹாய்யா இருக்கான். உனக்கென்ன பொத்துக்கிட்டு அடிக்குது? எத்தனை முறை பதில் சொல்றது? இன்னொரு வாட்டி உன்னைப் பார்த்தேனோ, கொன்னுடுவேன், பிச்சை நாயே..."

"சரி மாமா..." என்றான் பக்கிரி. பக்கிரி "ஈ" எனச் சிரித்தான்.

பக்கிரியின் பதில், அவரை இறக்கியிருக்க வேண்டும்.

"இஞ்ச வாடா... அது என்ன கண்டவன் காணாதவனை எல்லாம் மாமா மாமாங்கறே? உன் அக்காளை அவாள் கெட்டியிருக்காளா? இல்லை, அவாள் பொண்ணை நீ கெட்டியிருக்கையா?"

"ஹி... ஹி..." எனச் சிரித்தான் பக்கிரி பதிலுக்கு, "போங்க மாமா, திருச்சேரை தவில் மாமா ஏன் இன்னும் வரலை? வண்டி எப்பவோ வந்திருக்குமே..."

"எனக்கென்னடா தெரியும்? வர்ற வழியிலே எவளைப் பார்த்து வண்டியை விட்டு இறங்கினானோ? தவில் கணக்கா, அம்மாம் பெரிசா புனுகு, ஜவ்வாது வாங்கிப் பூசறவன் இல்லையோ அவன். பாகவதர் கெட்டார் போ, சரச சல்லாபி... அழகன். சேப்பு தோலை போட்டுண்டு, நாலு வெத்தலையைப் போட்டு அதக்கிறானா, அந்த வாய்ச் சேப்பைப் பார்த்துட்டு குட்டிகள் மேலன்னா வந்து விழறா? தவில்காரன்னு பேரு. பாடறவாள், ஊதறவாளுக்கு இல்லாத கியாதி அல்லவா இவனுக்கு வாய்ச்சிருக்கு..."

லாட்ஜ் ஏவலாள் மாரி, கையில் பொட்டலத்தோடு வந்து நின்றான்.

“சாமி, கும்மாணம் வெத்தலை, போயிலை, சீவல், கிளிஞ்ச சுண்ணாம்பு எல்லாம் வாங்கியாச்சு...”

“கொண்டு போய், மூணாம் நம்பர் ரூம்ல வையி. ஆடு தழை தின்கிறா மாதிரி மெல்லுவான். வெத்தலை பாக்கை. உன் மாமன்தாண்டா, அவனுக்குத்தான் இந்த சீர்வரிசை எல்லாம்... திருச்சேரைக்காரனுக்கு”

பக்கிரி “ஹி... ஹி...” என்றான்.

“காலேலே எழுந்து வந்துட்டியாக்கும்... பல்லைத் தேய்ச்சியோ?”

“ஹி... ஹி...” என்றான்.

“மாட்டே.... குளிச்சியோ... மாட்டே... சூரியன் கண்ணைப் பிட்டுக்கிறதுக்கு முன்னால மாமனை வரவேற்க வந்துட்டே. இந்தத் தவுல்காரனும், எவன் இஞ்ச வந்தாலும் ‘பக்கிரி... பக்கிரி’ன்னு உன்னைத் தேடறான். பகவான் எதைக் கொடுத்தாரோ இல்லையோ, லய ஞானத்தை அள்ளிக் கொடுத்துட்டான். நீ பேஷ்னு சொன்னா, தங்க மெடல் வாங்கினாப்போல பெருமைப்படறா எல்லாம். என்னமோ போ... அவன் விளையாட்டை என்ன சொல்றது?”

அவர் சொல்வது என்னவென்றே தெரியாமல் சிரித்தான் பக்கிரி.

கதையின் மையப் பகுதி இதுதான். பக்கிரிக்கு அபரிமிதமான லய ஞானம் இருந்தது. ஊரில் எங்கே கச்சேரி என்றாலும், அங்கே ஆஜராகி விடுவான் பக்கிரி. தவில்காரர்கள் யார் யார், அவர்களின் குண தோஷம் என்ன என்பதைப் பக்கிரியைக் காட்டிலும் அறிந்தவர்கள் இல்லை. ஆனால், அதை அவனால் சொல்லத் தெரியாது. வார்த்தைகள் பிசிறடிக்கும். ஆ, ஊ என்று சத்தம் வருமே தவிர. கருத்தாகக் கோவையாக பேச வராது. அவன் ஞானத்தை கச்சேரியில் தவிலுக்குப் பக்கத்தில் இருந்து அவன் போடும் தாளம் காட்டிக் கொடுத்துவிடும். திருச்சேரை என்ன? திருமருகல் என்ன? நீடாமங்கலம் என்ன? எந்தப் பெரியலயக்காரர்கள் ஆனாலும், அவன் கைத் தாளத்தை நம்பித் தீர்மானம் போடுவார்கள். அப்படி ஒரு கணக்கு. அப்படி ஒரு தீர்க்கம். அப்படி ஒரு நிகா. எப்படி இது. எப்படிச் சாத்தியம் என்று குழம்பாதவர்கள் இல்லை.

பக்கிரிக்கு, சுத்துப்பட்டு இருபத்தாறு ஊர்களிலும் உள்ள கோயில்களில் உற்சவம் தெரியும். விழா தெரியும். விடையாத்தி தெரியும். அனுமார் கோயிலிருந்து அம்பாள் கோயில்வரை எல்லா

கோயில்களுக்கும் என்றைக்குக் கொடியேற்றம் என்றைக்குத் தெப்பம், யார் வீட்டில் நாலு நாள் கல்யாணக் கச்சேரி என்று தெரியும். எல்லாம் வாய்ப்பிரசாரம்தான். கோமளவிலாஸ் குஞ்சுவையர் கூப்பிட்டுச் சொல்வார்.

“அடே பக்கிரி... நாளைக்கு திருநாவலூர்ல விடையாத்தி. உன் மாமன் கலியபெருமாள் வரான் தெரியுமா?”

“ஹி...” என்பான் பக்கிரி. ஏதோ இந்தச் செய்தியை எதிர்பார்த்துக்கொண்டிருந்தவன்போல.

“கோண்டு... பக்கிரிக்கு நாலு இட்லி கெட்டிச் சட்னியோடு போடு, பாவம். சாப்பிட்டுப் போகட்டும். மகா ஞானஸ்தன். என்ன பண்ண, பிச்சாண்டி ஸ்வரூபம்...”

வக்கீல் நாணுவையர், காரில் போய்க்கொண்டிருந்தவர், பிச்சைக்காரர்கள் நடுவே உட்கார்ந்திருக்கும் பக்கிரியை டிரைவரை விட்டுக் கூப்பிட்டுச் செய்தி சொல்வார்.

“பாப்பா நாடு குடும்பத்துக் கல்யாணம்டா பக்கிரி. வார 16ஆம் தேதி. தொடர்ந்து மூணு நாள். பெரிய கை. உன் ஜமாவெல்லாம் உண்டு. ஆனா, பூண்டிக்காரன் என்னவோ நீ முன்னால நின்னு தாளம் போட்டா வாசிக்க மாட்டேன்னு சொன்னானாமே... போறான் பிசாத்து! என்ன விஷயம் தெரியுமோ? அவன் கை, விளக்கெண்ணெய். தாளம் நிக்காது. நழுவிடும். சவுக்கத்துல சறுக்கிட்டு நிப்பன். நீ அட்சர, அணு சுத்தமா தாளம் போட்றியோன்னோ தப்பு தெரிஞ்சுடும்னு கிலி. நீ வந்துடு. அவன் கிடக்கான் படவா ராஸ்கோல். எவனாவது காட்டான் என்னமாவ சொன்னா என்னண்டை சொல்லு. நான்தான் வர்றேனே... பார்த்துக்குவோம்...”

டிரைவரால் இதை ரசிக்க முடியாது. முதலாளி போய் இந்த மாதிரி ஆள்களுடன் பேசுவதாவது?

கட்டிலின் பெரும் பகுதி இடத்தை அடைத்துக்கொண்டு உட்கார்ந்திருந்தார் அழகு. ரயில் அழுக்கும், பயண அலுப்பும் அவர் ஆகிருதியைக் குறைத்துவிட முடியாது. அழகான செதுக்கியது போன்ற தேகம். தொடர்ந்த வாசிப்புப் பயிற்சியே உடல் பயிற்சியாகவும் அமைந்து, மனிதரை ஆரோக்கியமானவராக மாற்றியிருந்தது. கரளை கரளையாக உடம்பு. தேக்குக் கட்டைக்கு எண்ணெய் பூசிய மினுமினுப்பு!

அவர் காபியைக் கொஞ்சம் கொஞ்சமாகப் பருகி, வெற்றிலைச் செல்லத்தை எடுத்து முன்னால் வைத்தார். மானேஜர் பவ்யமாக, அழகுக்கு முன் நின்றவர், பையனைப் பார்த்துக் கண் ஜாடை செய்தார்.

"வெத்தலை எடுத்து வையேண்டா... ஜடம்! மசமசன்னு பாரு... பிள்ளைவாள் காபியைக் குடிச்சவுடனே வெத்திலை தேடுவார்னு சொன்னேனோ இல்லையோ... காலம்பறையே ஆள் அனுப்பி வாங்கி வச்சுட்டேன்..."

பிள்ளை, தன்பால் எடுத்துக்கொண்ட அக்கறையை அங்கீகரித்தார். சாவகாசமாக வெற்றிலை தரிக்க ஆரம்பித்தார். வதங்கியதை, பழசை, மட்டையை எடுத்துப் பிரம்புக் கூடையில் போட்டார்.

"ம்..." என்றபடி தலை நிமிர்ந்து, மானேஜரைப் பார்த்து, "பக்கிரி வந்தானோ..." என்றார். தொடர்ந்து, "வந்தா அறைக்கு அனுப்புங்கோ..." என்று அனுமதி அளித்தாற்போலச் சொன்னார்.

"வந்தான் பிள்ளைவாள்? நாலுவாட்டி வந்துட்டான். மாமா வந்துட்டாளா, மாமா வந்துட்டாளான்னு என்னைப் பிறாண்டி எடுத்துட்டான். இஞ்சதான் எங்காவது சுத்திண்டிருப்பான். வருவன் பிள்ளைவாள் வாசிப்புன்னா இந்தப் பயலுக்கு உயிர்னா..."

அழகு தலையை அசைத்து அதை அங்கீகரித்தார்.

"உண்மைதான். என் மேல நீடாமங்கலத்தார்போல அவனுக்குப் பிரீதி..."

"உள்ளது காரணம் இருக்கோல்லியோ? பிள்ளைவாள் வாசிக்கிறது, உங்க மாமா நீடாமங்கலத்தார வாசிக்கிறது தவிலு. மற்றவா வாசிக்கிறது..."

அழகு வெட்டிக்கொண்டு சொன்னார்.

"தாவலு"

மானேஜர் விழித்தார்.

"த... வுக்குத் தான்னா, அப்புறம் வல்லினம் மெல்லின மெல்லாம் தொடையினமால்ல மாறிப் போகுது..."

"ஆகா" என்று மானேஜர் ஆமோதித்தார்.

"சரி, நான் ஸ்நானம் பண்ணிட்டு கோயிலுக்கு ஒரு நடை போய்ட்டு வந்துர்றேன்..."

"பலகாரம்?"

"சாமி தரிசனம் ஆனபிறகுதான் மத்தது எல்லாம்..."

குளிக்கப் போகும்போது ஞாபகமாக அழகு சொன்னார்.

"அந்தப் பய பக்கிரி வந்தாக்கா, இருக்கச் சொல்லுங்க. டிபன் பண்ணி வைங்க. எல்லாம் நம்ம கணக்கா இருக்கட்டும்..."

"நன்னா" அழகு, பையன்கள் தொடரக் காவேரியைப் பார்க்கப் போனார்.

காவேரியில் நீர் குறைந்துதான் இருந்தது. போன ஆண்டைக் காட்டிலும் இந்த ஆண்டு குறைவு. இரு கரையும் தொட்டுக்கொண்டு "ஹோ".. என்று கூச்சலிட்டபடி, பள்ளிக்கூடம் விட்டுப் போகும் பையன்கள் மாதிரி ஓடும் நதி, சம்சாரி மாதிரி தயங்கித் தயங்கி நகர்ந்துகொண்டிருந்தது.

அழகு, திரும்பாமலேயே பையன்களிடம் சொன்னார்.

"காவேரி ஜலம்கூட குறைய ஆரம்பிச்சுடுத்துடா... என்ன பாவம் பண்ணமோ போ. தஞ்சாவூர்க்காரனுக்குக்கூட சங்கீதத்துல ஆர்வம் குறைஞ்சுக்கிட்டு வரதுன்னா பாரேன். நம்ம சோணாசலத்துக்கிட்ட சினிமா பாட்டு வாசின்னு சீட்டுக் கொடுக்கிறான். திருவீழிமழலைக்காரரு, நாகசுரத்தை வச்சிட்டு திகைச்சுப்போயி நின்னுட்டார். மாயவரத்துல கலிகாலம்..."

வேப்பமரக் கொப்பை வளைத்துக் குச்சு ஒடித்துக்கொண்டு வந்தான் பையன். பல்லைத் துலக்கிக்கொண்டு நின்றார், அழகு.

"அண்ணா..."

"சொல்லுடா..."

"பூண்டியார் ஏதோ மனஸ்தாபப் பட்டாராமே... என்ன சங்கதிங்க அண்ணா?"

"சங்கதிதாண்டா சங்கதி. ஆவுடையார் கோயில் அண்ணாச்சி கேட்டிருக்கேல்லடா...?"

"ஆமாண்ணா..."

"மகா வித்தைக்காரரு... கல்பனை குற்றாலம் அருவி. கொட்டித் தீர்த்துடுவாரு... புதுசு புதுசா புதையல் எடுக்கிறா மாதிரி சங்கதிகளைப் போடுவாரு... எந்தக் திக்கால போவாருன்னு சொல்ல முடியாது. ரொம்ப ஜாக்கிரதையா, ஊசி பின்னால் நூல் போற மாதிரி போகணும். கரணம் தப்பினா மரணந்தான்.

அவர் ஊதறார், பூண்டியான் வாத்தியம். நம்ம பக்கிரி, முன்னால நின்னுட்டு தாளம் போடறான். ரெண்டு பேருக்குத் தாளம் அத்துபடி. ஒருத்தன் பக்கிரி மத்தது அண்ணாச்சி. தனியில, ஏதோ ஞாபகமோ, பிசகோ, விதியோ, பூண்டியான் கை பிசகிப் போச்சு. பக்கிரி தப்புன்னான். அண்ணாச்சி வெளுத்துக் கட்டிட்டார். நான் சொல்றேன். தப்பு உன்னோடதுதான்னார். பக்கிரி பக்கம்தான் நியாயம் அந்தக் குடைச்சல், வேற என்ன? நம்ம ஆளுவ இருக்கானுங்களே, தோளுக்கு மாலைன்னாகொண்டாகொண்டாம்பான். தப்புப் பண்ணிட்டே, திருத்திக்கோடான்னா, போடா போடாம்பான்..."

அழகு குளித்து, ஈர வேஷ்டியைப் போர்த்திக்கொண்டு, அறை திரும்பும்போது, "மாமா".. என்றபடி அவன் முன் வந்து நின்றான் பக்கிரி. அந்த நிமிஷம் முதல், அழகுவை ஒட்டிக்கொண்டான் அவன். அவரோடு சாப்பிட்டான். அவர் உறங்கும்போது வெளியில் காவல் காத்து நின்றான். உறங்கி எழுந்ததும், சாப்பாடு முடிந்து, அவனும் இருந்ததைச் சாப்பிட்டான். மாலையில் காவேரிக்கு அழகு போய்த் திரும்புகையில், அவனும் குளித்து, நெற்றி நிறைய திருநீறு பூசிக்கொண்டு நின்றான். அவருடன் காபி சாப்பிட்டான். சாமி ஒன்பது மணிபோல் புறப்பட்டால், விடிந்ததும்தான் நிலை திரும்பும். எட்டு மணிக்குச் சாப்பாட்டை முடித்துக்கொண்டார் அழகு. பக்கிரி, கோயில் வாசலில் வந்து சேர்ந்து விடுவதாக ஏற்பாடு.

ராஜப்பா அமுதமாகப் பொழிந்துகொண்டிருந்தான். அழகு, அவருக்கே உரிய சுபாவப்படி, அவனுக்கு அனுசரணையாக வாசித்துக்கொண்டிருந்தார். பாட்டைப் போஷிப்பது, லயத்தை சுநாதமாக வழங்குவது என்பது அழகுவின் பாணி என்பதை ரசிகர்கள் அறிவார்கள். அன்று ராஜப்பாவுக்காகவும், அழகுக்காகவும் என்று திரண்டு வந்திருந்த ரசிகர்கள், இருவருக்கும் ஆதரவளித்துக்கொண்டிருந்தார்கள். ராஜப்பா, அழகுவின் அண்ணன் மகன். அழகுவுக்கு வயசில் சின்னவன்தான். என்றாலும், கச்சேரி பந்தாக்களின் படி அண்ணா என்றுதான் அவனையும் அழைப்பார். கச்சேரி முடிந்ததும், "பேஷ்டா பயலே..." என்று இவர் சொல்வதும், "எல்லாம் உங்க கைங்கர்யம் சித்தப்பா..." என்று குழைவது தனி.

ஆவணி வீதிக்கு வரும்போது மணி இரண்டரையைத் தாண்டி விட்டது. ஆங்காங்கே நின்று நின்று வாசித்துக்கொண்டு

வந்துகொண்டிருந்தார்கள். கோஷ்டி மளிகை பரமசிவம் செட்டியார் விசேஷமாக ஏற்பாடு செய்திருந்த பந்தலில் வந்து நின்றார்கள். ராஜப்பா, "நடக்கட்டும்..." என்றான்.

பக்கிரி, இடையில் இறுக்கிக் கட்டின துண்டோடு, லயித்துப் போய் தாளம் போட்டுக்கொண்டிருந்தான். அவரே அடிக்கடி சொல்கிறபடி, இது ஏழு கடல்தாண்டி, எட்டாவது கடலின் மத்தியில் இருக்கும் குகைக்குள் சென்று, ராட்சனால் காப்பாற்றப்படும் பாரிஜாதச் செடியிலிருந்து பூவைப் பறித்துக்கொண்டு மீள்வது, இந்தக் கணக்கு. ஆனால் கடும் சாதகம் செய்தவனுக்கு இது சின்ன வித்தை.

உடம்பெல்லாம் காதாக இருந்து ஓசையைக் கிரகித்து, அதை அளவு பண்ணி, ஒழுங்கு பண்ணுவது, பிரபஞ்சத்தைப் பணித்துளியில் காண்பது. ஓசையாய், ஒளியாய் இருப்பவனைத் தவிலில்கொண்டு வர முயற்சித்துக்கொண்டிருந்தார், அழகு. சொல் ஒவ்வொன்றும் தனித்தனியாக அறுத்து எடுக்கப்பட்ட வைரக் கல்லாக எடுத்து வழங்கலானார். விரலும் தோலும் சேரும்போதெல்லாம் சொல், சுருதி சுத்தமாக வெளிவந்துகொண்டிருந்தது.

பக்கிரிக்கு முன்னால், அழகு கட்டும் வீடு எழும்பிக் கொண்டிருக்கிறது. தனித் தனிச் செங்கல்லாக அவர் எழுப்பும் வீடு, தனித்தனிச் சொல்லாக அவர் எழுப்பும் சப்த மாளிகை, காற்றின் திமிரங்களில், ஆகாசத்தில் கற்பனாஸ்திதியில், அவர் கட்டி எழுப்பிய ஸ்தூபியில் ஏறி உச்சியில் ஏறிக்கொண்டிருந்தார்கள் ரசிகர்கள். சித்தப்பா வாசிக்கும் அருமையை வியந்து ரசித்துத் தாளம் போட்டுக்கொண்டிருந்தான் ராஜப்பா.

ஸ்தூபி உச்சிக்குப் போகப் போகக் கூர்மையாகிக் கொண்டிருந்தது. கூர்மையைச் செதுக்கும்போது, அடியின் கனபரி மாணத்தில், நிலைத்து நிற்கும், மேல் வளர்ச்சியின் கணக்கு சூட்சுமமாகிக்கொண்டிருக்கும் காற்றில் கால் ஊன்றி, அழுந்தி மேலேறி, அண்ட வெளியில் விஸ்வ ரூபம் எடுத்துக் கொண்டிருந்தார் அழகு. மிக இசைவாக, லாகவமாகத் தாளம் போட்டுக்கொண்டிருந்தான் பக்கிரி. முத்தாய்ப்பு ஒவ்வொன்றும் தாளத்துக்குக் கச்சிதமாக உராயாமல் உறைக்குள் புகும் வாள் மாதிரிப் பொருந்திக்கொண்டிருந்தது.

கியாஸ் லைட் வெளிச்சத்தில், இருண்டும் இருளாமலும் இருக்கும், விடிந்துகொண்டிருக்கும் சிற்றஞ்சிறு காலைப்

பொழுதில், ஒலியைத் தவிர வேறு ஓசை எதுவும் அற்ற அந்த ஏகாந்தத்தில் செவியுள்ளோர் எல்லோரும் கேட்டுக்கொண்டிருந்த அந்த நிசப்தத்தைக் கிழித்துக்கொண்டு பக்கிரி கத்தினான்.

"மாமா... தாளம் தப்பிட்டுது..."

இடிந்து போய் நிறுத்தினார் அழகு. ராஜப்பாவும் சித்தப்பாவைப் பார்க்காமல் தலை கவிழ்ந்தான்.

ஒரு நிமிஷம்தான்.

ரசிகர்களின் முகத்தைப் பார்த்தார் அழகு. இடி விழுந்திருந்தது, அவர்கள் முகங்களில். பலமெல்லாம் இழந்து சக்கையாக நிற்பதுபோல் நின்றார் அவர். எறும்பாய், ஒற்றைத் துரும்பாய், நைந்து நூலாய் நின்றார். அந்த ஆஜானுபாகு, சிறுத்துப் போய், கட்டை விரலான அங்குஷ்டிமாய் நின்றார்.

எல்லாம் ஒரு நிமிஷம்தான்.

மீண்டும் தொடக்கத்திலிருந்து ஆரம்பித்தார். அன்று சாமி நிலைக்கு வர பகல் பதினொன்று ஆகியது.

உச்சி நேரம் அழகு அறைக்குத் திரும்பினார்.

பையன்களிடம் பணம் கொடுத்து தஞ்சாவூருக்குப் போய்க் கதம்பமும், ஐயன் கடைத் தெருவில் அரைத்த சந்தனமும் வாங்கி வரச் சொல்லி அனுப்பி வைத்தார். அவர்கள் போனதும், பக்கிரி கதவடியில் வந்து நின்று "மாமா..." என்றான் சிரித்தான்.

"உள்ள வாடா..."

அழகு எழுந்து சென்று கதவைச் சாத்தித் தாழிட்டார். இவன் பக்கம் திரும்பினார்.

"என்னடா சொன்னே... தாளம் தப்பிட்டதா? எனக்காடா?" என்றபடி அசுரத்தனமாக அடிக்கத் தொடங்கினார். கருங்காலியில் செய்ததைப் போல, கையும் உடம்பும் கொண்டவர் அழகு. அடி தாங்காமல் கீழே விழுந்து புரண்டான் பக்கிரி. காலால் உதைத்தார். எழுப்பி நிற்க வைத்தும் மீண்டும் அடித்தார்.

எனக்கு இது ஆச்சர்யமாக இல்லை சார். நண்பர், கலா ரசிகர் விமர்சகர் தேனுகா இதை எனக்குச் சொன்னபோது நானும் ஸ்தம்பித்து விட்டேன். யோசிக்கையில், இதுவும் மனுஷத்தனம் என்று தோன்றியது. மேலும் யோசிக்கையில் இதுதான் மனுஷத்தனம் என்றும் தோன்றியது.

மறுநாள்

காலை பாசஞ்சரில் புறப்பட்டார் அழகு. வாத்தியம் வண்டியில் ஏறியது. அழகு வண்டியில் ஏறப்போனார்.

"மாமா" என்றபடி வந்து நின்றான் பக்கிரி. வயிற்றைப் புரட்டிக்கொண்டு பச்சாதாபம் எழுந்தது அழகுவுக்கு. அவனைத் தனியாக அழைத்துப் போனார்.

"ரொம்ப நீசத்தனமா நடந்துட்டேன்டா பக்கிரி... மன்னிச்சுடு. நீ ஞானி. நான் வெறும் தவில்காரன்..."

சிரமப்பட்டுத் தன்னை அடக்கிக்கொண்டார் அழகு.

"மாமா..." என்று தேம்பினான் பக்கிரி.

"பக்கிரி இருக்கிறானா?"

"இல்லை, சில வருஷங்களுக்கு முன் போயிட்டான்"

"சாத்தியமில்லை தேனுகா. பக்கிரிகள் சாவதும் இல்லை, அழகுகளும் சாவதும் இல்லை. எப்போதும் நிலை பெறுகிற இரு பெரும் சக்திகள் அவர்கள். நமக்கு ரெண்டு பேரும்தான் வேண்டியிருக்கு..."

"அவன் இருக்கிறவரை, பல வாத்தியக்காரர்கள் இஞ்ச வர்றதுக்கே தயங்குவார்கள்..."

"இப்போ வருவார்களே...?"

"ஆனந்தமாக..."

"இருக்கட்டும். ஒரு நாள் பக்கிரி தாளம் போட எழுந்து வருவான்..."

தேனுகா ஒப்புக்கொண்டார்.

2002

கோடரியும் கொழுந்தும்

ஆதன் குடிசையை விட்டு வெளியே வந்து, வானத்தைப் பார்த்து நின்றான். வானம், கருத்துப் போய்க் கிடந்தது. தனக்குத்தானே தலையை அசைத்துக்கொண்டான். கொக்குகளின் கூட்டம்போல, வெள்ளை மேகம் ஒன்று கிழக்கிலிருந்து மேற்கு நோக்கி ஊர்ந்துகொண்டிருந்தது.

வானத்தை நோக்கி அவன் சொன்னான்.

"என்ன நீ இப்படி அழிச்சாட்டியம் பண்ணிக் கொண்டிருக்கிறாய். வர்றேன் வர்றேன் என்று சொல்லிக்கொண்டே இருக்கிறாயே தவிர, வர்ற பாடாய் இல்லை. என்னதான் உன் நினைப்பு? இது

கொஞ்சம்கூட நன்றாய் இல்லையே. அவரவர், அவரவருடைய யோக்யதைக்கேற்றபடி நடக்கக் கற்றுக்கொள்ள வேண்டாமா?" என்றான்.

அவனுக்கு எதிரே, ஒரு எருக்கஞ்செடி, கப்பும் கிளையுமாய் பூவும் பிஞ்சுமாய் முளைத்து இருந்தது. அதன் பின்னால், முதலில் ஓர் ஒளி படர்ந்தது. பின்பு, சாம்பிராணிப் புகை போன்று ஆவி கிளர்ந்தது. அதிலிருந்து கடவுள் தோன்றி அவன் முன் நின்றார்.

"என்ன ஆதன்... அழைத்தாயே? விடிந்ததும் விடியாத போதில், எத்தனை அழைப்பு. எத்தனைக் கோரிக்கைகள். எத்தனை வேண்டுதல்கள். யாருக்கென்று நான் போவது சொல். எதுக்காக என்னை அழைத்தாய்?"

"என்ன பண்ண? ஆண்டவரே, மனுகுமாரர்களுக்கு உம்மை விட்டால் வேறு கதி ஏது? பிள்ளைகளின் பாடுகளை, நீர் சுமப்பேன் என்றீரே?"

"அதுக்கென்ன சொல், எதுக்காக என்னை அழைத்தாய்?"

"அட தெரியாதது மாதிரி கேட்கிறீரே. உமக்கு என் தேவை தெரியாதா, ஆண்டவரே?"

"கோடி தேவைகள், கோடி வேண்டுதல்கள், குழப்பமாக இருக்கிறது. உன் தேவை என்னவென்று நீயே சொல்லேன்"

"ஆண்டவரே, மனுஷனாக என்னைப் பிறப்பெடுக்கச் செய்து, என் கையில் விறகு வெட்டும் கோடரியைக் கொடுத்து, இதைக்கொண்டு பிழைத்துக்கொள்ளச் சொன்னீர். அதோ, தெரியும் காடு, சற்றுத் திரும்பிப் பாரும்"

கடவுள் பார்த்தார்.

"என் கோடரியை எடுத்துக்கொண்டு காட்டுக்குள் புகுந்தேன். ஒரு நாளல்ல... பத்து நாட்கள் அல்ல... பல நாட்கள், சாமி! நான் ஒவ்வொரு முறை காட்டை அடையும் நேரங்களிலும் காடு பின்னோக்கி நகர்கிறது. நான் முன்னே போகும்போதெல்லாம், அது பின்னோக்கிப் போகிறது, ஐயனே. நான் கால் கடுக்கும் வரைக்கும், கோடரி ஏந்திய தோள் கடுக்கும் வரையிலும் இனியும் நடக்க முடியாது என்று ஓய்ந்து உட்காரும் வரையும், நடந்தேன். ஆனால், காட்டை என்னால் அடையவே முடியவில்லை. மண்ணுலகத்தின் விளிம்பு வரைக்கும் நான் நடக்கவும் தயார்தான். அந்தக் காடும் பின்னகர்ந்துகொண்டே இருக்கிறதே, நான் என்ன செய்ய? நான் எப்போது ஒரு மரத்தைத் தேர்வது? எப்போது வெட்டி, விறகாக்கி ஊருக்குள்கொண்டு விற்பது? எப்போது என் பசியாறுவது? என் குழந்தைகள், என் மனுஷி எல்லோரும் பசியும் பட்டினியாலும் நொந்து போனார்களே, ஐயோ, விவரித்துச் சொல்ல வார்த்தைகள் இல்லையே. கடவுளே நான் என்ன பண்ணட்டும்.? எனக்கு ஒரு பெரிய மரத்தை, பின் நகராத மரத்தைக் காட்டும். இல்லையாயின், அதோ, குடிசைச் சுவரில் சாய்த்து வைத்திருக்கும் கோடரியால், என்னை நானே வெட்டிக்கொண்டு செத்துப் போவேன்"

கடவுள் சிரித்தார்.

"மனுகுமாரனே, செத்துப் போவது ரொம்ப சுலபம். செத்துப் போகலாம் என்று நினைக்கிறபோதே, அந்த ஆதிச் சர்ப்பம் உன்னண்டையிலே வந்து புகுந்து விடுகிறது. ஜீவிப்பதுதான் சவால்களும் சந்தோஷங்களும் உள்ள காரியம். நீ சாக வேண்டாம், நீ எந்தத் திசையிலுள்ள காட்டுக்குச் சென்றாய்?"

“தேவரீரே, நான் மேற்குப் புறமுள்ள காட்டுக்குச் சென்றேன்.”

“வடக்குப் புறமுள்ள காட்டுக்குப் போவாய். அங்கே, காட்டின் விருட்சங்களுக்கு அரசியாய், நட்சத்திரங்களால் சூழப்பட்ட நிலவு மாதிரி விருட்சங்களால் சூழப்பட்ட ஒரு பெரிய மரம் இருக்கிறதைக் காண்பாய். அது உன்னைப் பார்த்து நகராது. பின்வாங்காது. அதை நீ வெட்டிக்கொள்ளலாம். கோடரியை நன்கு தீட்டிக் கொள்?”

“நல்லது, நான் ஏற்கனவே கோடரியை வெள்ளையாகவும், மின்னைல்ப்போலக் கூர்மையாகவும் தீட்டியிருக்கிறேன்.”

ஆதன், மேற்கைத் தவிர்த்து வடக்குப் புறமுள்ள காட்டுக்கு நடந்தான். அவன்கூடவே மேலே ஒரு பறவை பறந்து வந்தது. அவன் அத்துடன் பேச்சுக் கொடுக்காமல், கோடரியைச் சுமந்துகொண்டு காட்டின் மையப்பகுதியில் உள்ள அந்தப் பெரிய மர அரசியை அணுகினான்.

அப்போ அந்த மர அரசி பாடிக்கொண்டிருந்ததை ஆதன் கேட்டான். சற்று நின்று அந்தப் பாட்டை முழுதும் கேட்டுவிட்டு அதன் அண்டைக்குப் போகலாம் என்று அவன் முடிவு பண்ணினான். தவிரவும், அந்தப் பாட்டு அவனுக்குச் சற்று சங்கடம் கொடுப்பதாகவும் இருந்தது. பாடும்போது எதையும் வெட்டுவது நல்ல விஷயமாக இருக்காது என்று அவனுக்குத் தோன்றியது. கோடரியை ஒரு மரத்தில் சாய்த்து வைத்து, சற்று மறைவாக அமர்ந்துகொண்டு மர அரசி பாடும் பாட்டைக் காது கொடுத்துக் கேட்டான்.

மர அரசி பின்வருமாறு பாடியது.

“என்ன ஆனந்தமே
இப் பூமி மேலே
ஒரு விருட்சமா இருப்பது
என்ன ஆனந்தமே...
என் ஆணி வேர்கள், ஆழச் சென்று
சுத்த ஜலம் பருகிடுதே...
என் தலை வானத்தைச் சுத்தம் செய்து
கடவுள் அமர ஆசனம் இடுகிறதே
என் பறவை, குரங்கு, பாம்புக் காதலர்
என்னுடன் உறைந்து மகிழக்கூடுதே
இங்கும் அங்கும் என் தலை ஜடை ஆடுதே

என் காதணிக் கனிகள் குலுங்கிடுதே
வாருங்கள், வந்து என் மடியில் படுத்து
வாரி உண்ணுங்கள் ஜீவியத்தின் ரசத்தையே
என்ன ஆனந்தமே..."

மர அரசி என்ன ஆனந்தமே என்ற வரியை மூன்று முறை மேல் ஸ்தாயி மற்றும் கீழ் ஸ்தாயியில் பாடி முடித்தது. பறவைகள் மேலே வானத்தில் எழும்பி கைதட்டி, வால் ஆட்டிக் கர, வாய்கோஷம் செய்தன.

ஆதன், தன் தோளில் கோடரியோடு அந்த மர அரசியின் முன் போய் நின்றான்.

"வாரும், வாரும் கோடரிக்காரரே... என்ன விசேஷம்?" என்றது மர அரசி.

"ஒன்றும் இல்லை. உன்னை வெட்டும் படியான வேலையாக வந்தேன்."

சற்று நேரம், இலைகள் அசையவில்லை. பிறகு, மர அரசி சொன்னது.

"என்ன பேதைமை, என்னை எதற்காக வெட்டும் படியாக வந்தீர். என்னை வெட்டினால், நான் இறந்து போய் விடக் கூடும் அல்லவா?"

"இல்லையெனில், நான் இறந்து போய்விடக் கூடுமே!"

"அதுவும் சங்கடம்தான். என்னை வெட்டித்தான் நீர் வாழக்கூடுமா. உமக்கு வேறு ஜீவனோபாயமே கிடைக்கல்லையா?"

"என்ன பண்ண? கடவுள் என்னைச் சிருஷ்டித்து, இந்தக் கோடரியைக் கொடுத்து, மரம் வெட்டி ஜீவனம் பண்ணுவாய் என்று விட்டுவிட்டார். நான் என்ன பண்ணட்டும். நீயே சொல்லு?"

"நீர் கடவுளிடம் வேறு உபாயம் கேட்டுப் பார்க்கிறதுதானே?"

"வாழ்வின் பாதிதூரம் வந்துவிட்டேன். நானும் கோடரியும் உயிர் உடலாகப் பழகிவிட்டோம். எனக்கு வேறு ஒரு தொழிலும் தெரியாது. என் குழந்தைகள், என் மனைவி எல்லோரும் பட்டினியால் வாடுகிறார்கள். உன்னை வெட்டி, விற்றுத்தான், நான் தானியங்கள் வாங்கிக்கொண்டு செல்ல வேண்டும்"

இந்தச் சமயம், ஆதனின்கூடவே பறந்து வந்த பறவையானது, தன் கூட்டத்தாருடன் ஆகாயமெங்கும் பறந்து கிறீச்சிட்டு, அழும் குரலில் அவனிடம் சொல்லியது.

"பாரும்... கோடரியாரே... நாங்கள் லட்சம் பேர். பல கோடி எறும்புகள், மற்றும் குரங்குகள், பாம்புகள் என்று கடவுளால் படைக்கப்பட்ட பல ஜாதி ஜந்துக்கள் இந்த மரத்தையே ஆதாரமாகக்கொண்டு ஜீவிக்கிறோம். நாங்க குஞ்சு குலுவான்களோடு எங்கு போக? எங்கள் லட்சம் கோடிப் பேர் அழிவிலா உமது வாழ்க்கை துளிர்க்கப் போகிறது? இது தர்மத்துக்கு அடுக்காதே!"

மரம் சொல்லியது.

"நான் வித்தாய் இந்த பூமியில் விழும்போது, கண்ணுக்கெட்டிய தூரம், நாங்கள் எங்கள் ஜாதியர்தான் இருந்தோம். என் வயது என்ன தெரியுமா? தொள்ளாயிரத்து முப்பத்து ஒன்று. அதாவது கடவுள் படைத்த முதல் மனுஷனை விடவும் ஒரு வயசு ஜாஸ்தி. அது மட்டுமா? நீரும்கூட எங்கள் வாரிசுதான். தேவன், முதல் புல் பூண்டு விருட்சம் என்று ஒரு நாளில் எங்களைத்தான் படைத்தார். அப்புறம்தான் ஊர்வன, பறப்பன, அப்புறம்தான் வீட்டு மிருகங்களும், காட்டு மிருகங்களும். அப்புறம்தான் உங்கள் ஜாதியின் முதல் மனிதரான ஆதாமும் ஏவாளும். இந்த மண்ணின் முதல் வாரிசாகிய எங்களை, எங்கள் வாரிசான நீங்களே, வெட்டுவது என்று கிளம்பினீர் என்றால், இது தர்மம் தானா? எம் பீஜங்களின் பின்ன பீஜம் அல்லவோ, நீங்கள் எங்கள் அணுவின் பிளவுண்ட அணுவின் சதறிட்ட கோனின், மரபில் வந்தவர்கள் அல்லவா நீங்கள்? பிள்ளைகள் தாயை வெட்டுவது என்ன தர்மத்தில் சேர்த்தி?"

ஆதனுக்கும் கொஞ்சம் தர்மங்கள் தெரிந்து இருந்தது. தர்மம் என்கிற ஊசியின் நூலாக அவன் உள் நுழைந்தான்.

"தவளைக்கும் தர்மம் உண்டு. அதை வாயில் கவ்வும் பாம்புக்கும் தர்மம் உண்டு. புலிகளுக்கும் அவை உண்ணும் மானுக்கும் தர்மம் உண்டுதான். தர்மங்கள், தர்மங்களை உண்டு செரிக்கின்றன, மர அரசியே"

"அன்றைக்கு ஒரு நாள் கடவுள், பிணம் எரிக்கும் வெட்டியானிடம் சொல்லிக்கொண்டிருந்ததை நான் கேட்டேன். உனக்கும் அவனைத் தெரிந்திருக்கும். அரிச்சந்திரன் என்பது

அவன் பேர். பசுவுக்கும் புல்லே உணவு என்பதை அறியாத அவன், காலத்துக்கும் சந்தர்ப்பத்துக்கும் ஒவ்வாமல், விளாம்பழங்களை அவற்றுக்கு முன் உருட்டி விட்டான். அவனிடம் கடவுள் என்ன சொன்னார் தெரியுமா? மனுஷர்களையும், மனுஷிகளையும் படைத்த நான், நீங்கள் பல்கிப் பெருகி இந்த பூமியையும், அதன் மேலும் கீழும் உள்ள அனைத்து புல் பூண்டு விருட்ச, பறவை மற்றும் ஜந்துக்களை ஆளுமை செய்து கொள்ளுங்கள் என்று அறிவித்துக்கொண்டதைச் சொல்லிக்கொண்டிருந்தார்."

"ஆண்டு கொள்ளுங்கள் என்று சொன்னாரே அன்றி, அடியோடு வெட்டி எரியுங்கள் என்றா சொன்னார்? ஆதனே! ஈடன் தோட்டத்து உண்மை அறியும் கனிகளை உன் பாட்டி ஏவாளுக்குக் கொடுத்த விருட்சத்தின் பேத்தியே நான், கடவுள் அங்ஙனம் சொல்லும்போது, அருகில் இருந்த ஒரு சாட்சி, என் பாட்டிதான். அவள் எனக்குச் சொல்லி இருக்கிறாள்"

தர்ம சம்வாதத்தைப் புத்தியும் குயுக்தியும்கொண்டு வழி நடத்துகிறவரே வெற்றி பெறுகிறார். சத்திய உரைக்கல்லைக்கொண்டு உரசிப் பார்ப்பவர் தோல்வியடைகிறார் என்பதை உணர்ந்துகொண்ட ஆதன், கடவுளிடம் சரணடைந்தான்.

"தர்மத்தைப் பற்றிப் பேசுகிறாய், மரமே, தர்மங்களின் நாயகனாகிய கடவுள்தான், உன்னை வெட்டச் சொல்லி எனக்கு அனுமதியளித்தார்"

"கடவுளா அப்படிச் சொன்னது" என்று கிறீச்சிட்டது மர அரசி. சங்கீதம் பாடிய அதன் இனிய குரல் சுருதி பிசகியது.

"ஆமாம்"

"கடவுளைக் கூப்பிடுவோம். அவரே வந்து சொல்லட்டும்."

கடவுள் வந்து சேர்ந்தார். அலுத்துப் போயும், எரிச்சல் உள்ளவராகவும் அவர் காணப்பட்டார்.

"என்னதான் செய்வது" ஒரு பக்கம் பெரிய குழந்தைப் பிடுங்கல்ல, ஒரு பக்கம் சின்னக் குழந்தை பிக்கல், அதை விட்டால் இவள் வேறு, என் மனைவிதான் "குடும்பத்தைக் கவனிக்கிறதே இல்லை என்று சண்டை புகார்" என்று அலுத்துக்கொண்டார். அவர் உடம்பெல்லாம், வியர்வை வழிந்தது. கைக்குட்டையால், முகத்தைத் துடைத்துக்கொண்டு, உங்களுக்கு என்ன பிரச்சினை? என்றார்.

"சாமி, என்னை வெட்டி மாய்க்கச் சொல்லி, ஆதனுக்கு அனுமதியளித்தது தாங்கள் தானா?" என்று கேட்டது மர அரசி.

கடவுள், வேறு விதமாகப் பதில் கூறத் தொடங்கினார்.

"வெட்டினால், நீ மாய்ந்து விடுவாயா என்ன? மரணம் என்பது, ஆன்மா எடுக்கிற மறு உரு. நீ என்றும் இருப்பாய். ஜனனம் என்று ஒன்று இருந்தால், அதன் மறுபக்கம் இருக்கும்தானே?"

"நான் இருப்பேன். ஆனால் மரமாக இருப்பேனா?"

"மரமாகத்தான் இருக்க வேண்டுமா, என்ன? என்பது லட்சம் கோடி யோனிகளில், ஏதோ ஒன்றில் நீ தோன்றுவாய், ஜீவிப்பாய்"

"கர்த்தரே, இந்த உலகை நான் நேசிக்கிறேன். என் காதலர்களை நான் விரும்புகிறேன். இன்னும் நான் ஆடிக் களிக்காத வெளி நிறைய நிறைய இருக்கிறது. இன்னும் நான் தின்று முடியாத தீனி, இன்னும் நான் குடித்துத் தீராத திரவ பதார்த்தங்கள், இன்னும் நான் போகித்து அறியாத மைதுன பீடங்கள், எல்லாவற்றையும் இழந்து, நான் எப்படி மரணிக்கக் கூடும்?"

மரம் கண்ணீர் வடித்தது. ஆதனுக்கும் மனம் இளகியது.

"நீ நிர்மூலமாய்ப் பேசுகிறதென்ன? மரமோ, புழுவோ, புலியோ, மயிலோ, மனுஷனோ, கோட்டானோ, ஆத்மா ஒன்றுதானே? எறும்போ, யானையோ, நீ எதுவாக இருந்தாலும், ஜீவிப்பாய். சுகப்படுவாய். தின்பதைத் தின்றும், குடிப்பதைக் குடித்தும் நீ இச்சைப்படுவதைப் பூர்த்தி பண்ணிக் கொள்வாய்.!"

"அஃதெப்படி? தேவனே! மரமாக இருந்த நான், மரவட்டையாக மாறினேன் என்று கொள்வோம். அப்போதும் இன்றைய என் ஆசைகள், மோகங்கள் தொடர்வது சாத்தியம் தானா? உடலெடுத்த ஜீவனுக்கேற்ப, என் சிந்தனையும் ஜீவிதமும் மாறும்தானே?"

"ஆம், இடத்துக்கேற்ப மழையின் குணம் மாறுவதுபோல"

"அப்படியென்றால், அதை மழை என்று எப்படிச் சொல்வது? கடல், குளம், ஆறு, குட்டை, சாக்கடை என்றுதானே ஆகும்?"

"எல்லாம் நானே"

"அதுவும் எப்படி? கங்கை நீர் என்றால் அதிகம் மிதக்கும் பிணமும் நீங்களாய் எப்படி இருக்க முடியும்?"

"நான், நீ அவன், அவள், அது என்கிற பிரமை நீங்கிவிட்டால், மாயை அகன்று விட்டால், அப்புறம், தீர்த்தம் ஏது? சாக்கடைதான் ஏது?

"தீர்த்தம் வேறு, சாக்கடை வேறு அல்ல என்கிற அத்வைத நிலை, என் போன்றோர்க்கு எங்ஙனம் சித்திக்கும் சுவாமி?"

"நானே சர்வமும் என்பதை என்று நீ உணர்கிறாயோ, அப்போதே, அந்த இரண்டற்ற ஏகநிலை கூடும்"

"எல்லாம் தாங்களே என்றால், நானும் நீங்களா?"

"ஆம், இதிலென்ன சந்தேகம்?"

ஆதனுக்கும் ஆச்சரியமாக இருந்தது. அவன் கேட்டான்.

"தேவரீர் சொல்வது அதி ஆச்சரியமாக இருக்கிறது. மரம் தாங்கள் என்றால், நான்?"

"நீயும் நானே"
"அப்போது இந்தக் கோடரி?"
"அதுவும் நான்தான்"
"என் குழந்தைகள்?"
"அதுவும் நானே"
"என் மனைவி?"
"நான்தான்"
"எங்கள் வயிறு?"
"அதுவும் நான்தான்"
"எங்கள் பசி?"
"அதுவும் நான்தான்"

"எனக்குப் புரியவில்லை தேவனே! ஒரு பொருளாய் இருக்கும் நீங்கள் மற்றொரு பொருளாகவும் எவ்வாறு இருப்பீர்கள்? நீங்கள் என் கைக் கோடரியாக எப்படி இருப்பீர்கள்?"

"இதோ" என்றபடி கடவுள் மறைந்தார். அவன் கையில் இருந்த கோடரி முதலில் கனத்தது. பிறகு, சமன்பட்டு, முன்புபோல் ஆனது.

"நல்லது கடவுளே, நீங்கள் கோடரியாகவே இருப்பதுதான் எனக்கு நல்லது. கடவுளாகிய உங்களைக்கொண்டு, கடவுளாகிய நான், கடவுளாகிய மரத்தை வெட்டி, கடவுளாகிய என் குடும்பத்தாரின் தேவையைப் பூர்த்தி செய்துக் கொள்கிறேன்."

"ஆதனே, நீ செய்வது சரிபோலத்தான் தெரிகிறது" என்றது மரம். ஆதன், மரத்தை வெட்ட ஆரம்பித்தான். கோடரியால் ஓங்கி மரத்தை ஒவ்வொரு முறையும் வெட்டும்போதும் கோடரியிலிருந்து ஒரு முனகல் சப்தம் கேட்டுக்கொண்டிருந்தது.

இது என்ன சப்தம், என்று அவன் யோசித்தான். கடவுளின் முனகல் ஒலி என்று ஒருவாறு உணர்ந்தான். முனகலும் கடவுள்தான் என்று தொடர்ந்து வெட்டிக்கொண்டிருந்தான்.

சில மணி நேரங்களில், மரம் இருந்த இடம் சூனியமாயிற்று. மரம் இருந்த பூமியின் மேல், சுட்டு விரல் நீளத்தில், ஒரு சின்னஞ் சிறிய செடி துளிர்த்து, காற்றில் அசைந்துகொண்டிருந்தது. அது குழந்தையின் குரலில் பாடியது. ஆதனுக்குக் கேட்டது.

"என்ன ஆனந்தம் இப் பூமி மேலே..."

2002

மகிழம்பூ

மனசுக்குள் ஒரு மூலையில், பயம் இருக்கத்தான் செய்தது, உறைந்து கெட்டித்த இரத்தத் துளி மாதிரி. வித்தை, என்னைக் காலை வாரி விட்டுவிடும் என்றெனக்குப் பயம் இல்லை. நாக்கில் சொல், ஸ்ருதி பிசகி நான் அறிந்தது இல்லை. தொண்டைக்குள் மணி அடித்து ஓய்ந்த ரீங்காரம். அது எத்தனைக் கிண்ணிகள், குடங்கள், பசியும் பட்டினியுமாய்க் கிடந்த வேளைகளிலும் நாகநாத சாமிக்குப் பாலாபிஷேகம் செய்திருக்கிறாள் அம்மா. லயம், எனக்குள், இரத்த ஓட்டம் மாதிரி நிரம்பிக் கால், கை விரல்களில் தேங்கி இருக்கிறது. எனவே, தாளம் தவறும் என்று நான் ஒருபோதும் பயந்தது இல்லை.

இந்த ரகசியப் போர், ஆயுதம் இல்லாத குருக்ஷேத்ரம் தேவை தானா? வேண்டாம் என்றுதான் அம்மாவிடம் சொன்னேன். பலமுறை சொல்லிச் சொல்லி அலுத்துப் போனேன். இன்னிக்குக் காலையில்கூடச் சொன்னேன். அம்மா கேட்டால்தானே? இதோ மூடிய படுதாவுக்குப் பின்னால், ஜமக்காளம் விரித்து உட்கார்ந்து விட்டேன். வயலின் சுந்தரேசன், மேலும் கீழும் வில்லை இழுத்து இழைக்கிறான். ஸ்ருதி, அவனுக்குப் பசை. ஒட்டிக் கொள்ளும். இந்தப் பக்கம், மிருதங்கம் ரங்கு, கொம்பு மாத்திரம் இல்லை. நந்திதான். விரல்களால், என்கூடவே பாடிக்கொண்டு வருவானாக்கும். மணிக்கு அடுத்தபடி இந்தச் சின்ன மணி. பின்னால், பானையை வைத்துக்கொண்டு, மண்பானை எப்படி வெங்கலப் பானையாகிறது. ஆச்சர்யம்தான்.

அம்மா, வெளியே பேய்போல அலைந்து கொண்டிருக்கிறாள். திருபுவனைப்பட்டு சுற்றி இருக்கிறாள். நெற்றி வியர்வை, காதோரம், வாய்க்கால் மாதிரி வடிகிறது. இன்னும் சீனு சார் வரவில்லை. அரங்கம் நிரம்பிவிட்டது. எப்படியும் ஆறரைக்குள் வந்து விடுவதாகச் சொன்னார். வார்த்தைகளைக் காப்பாற்றுபவர் என்றுதான் எல்லோருமே சொன்னார்கள். இலேசில் ஒப்புக்கொள்ள மாட்டார். ஒப்புக்கொண்டால் வராமல் இருக்க மாட்டார். கிழச்சிங்கம். இது மாதிரி நிகழ்ச்சிகளுக்கெல்லாம் வந்து கார்வார் பண்ணி, பத்திரிகைகளுக்கு அவல் கொடுத்து அட்டகாசம் பண்ணாமல், அடங்கி இருப்பது எப்படி? நிரம்பினால் அல்லவா சத்தம் நிற்கும். அன்னைக்குத்தான் அம்மாவோடு போகும்போது பார்த்தேனே?

சூரியன், திண்ணைக்கு மேல் ஏறி இருந்தது. திண்ணையைக் குறுக்கு வெட்டாக வெட்டிக்கொண்டு படுத்துக் கிடந்தது, சூரிய ரச்மி. சீனு சார இல்லாத நேரத்தில் வெயில் திண்ணைக்கு வந்து விடும் போலும் என்று எனக்குத் தோன்றியது.

அம்மா, கதவை முட்டியால், பயத்தோடும், படபடப்போடும் தட்டியது. மனுஷன் என்ன சிங்கமா, புலியா? வித்வத்து என்ன விஷமா, பயம்காட்ட? "யார்" என்று குகையிலிருந்து வருகிறாற்போல ஒரு மிரட்டல் குரல்.

"க்ஷமிக்கணும். நான் ஸ்ரீவத்சபுரம் பார்வதின்னு... மாமாவைப் பார்க்கணும்"

"வரட்டும்"

நாங்கள் உள்ளே நுழைந்தோம்.

ஊஞ்சலில் ஜமக்காளம் விரித்து, தலை அழுந்திய பள்ளம் இன்னும் புடைத்திராத, கண்களில் உறக்கம் பூசிய மாமா.

கட்டை விரலைத் தரையில் ஊன்றி ஊஞ்சலை நிறுத்திய பாவனையில் இருந்தது மாமா. மாமா, அம்மாவுக்கு. எனக்கு சீனு சார்.

மாமாவுக்கு முன் விழுந்து சேவித்தது, அம்மா. என்னையும் பார்த்த பார்வையில் நானும் சேவித்துக்கொண்டேன்

"என்ன வேணும்?"

நான் தனியாக வந்திருந்தால், இந்த மெட்ராசில் பாதி கொடுப்பீரோ என்று கேட்டிருப்பேன். அம்மாவுக்கு அந்த பிரதிக்ஞை இருந்ததே.

“மாமா, பரூர் ரத்தினம் ஐயர் பேசியிருப்பாரே... அந்த பார்வதி நான்தான். இவ என் ஒரே குழந்தை. கலாவல்லின்னு பேர். ஏதோ நல்லா பாடுதுன்னு ரத்தினம் மாமாவே சொல்றார். இங்க, உங்களை மாதிரி பெரியவா இருக்கப்பட்ட ஸ்தலத்துல பாடணும்னு ஆசை. நீங்க தலைமை தாங்கி குழந்தையை ஆசீர்வாதம் பண்ணி வச்சா, அவ பிழைச்சுக்குவா. மாமா, கிருபை பண்ணணும்”

என்ன தாழ்ச்சி, என்ன பணிவு? எல்லாம் அந்த ஆலவாய்க் கடவுளின், பிட்டுக்கு மண் சுமக்க வந்த விளையாட்டுதான்.

“ஹும்” என்று ஒரு ஹுங்கார சப்தம் வந்து அவரிடம் இருந்தது. பஞ்சமத்துக்கும் தைவதத்துக்கும் இடைப்பட்ட சப்தம்.

“என்ன பாட்டோ, என்ன இழவோ, என்ன சங்கீதமோ, யார் பாடப் போறவள்? இவளா? இருக்கட்டும். ரத்தினம் பேரைச் சொல்லிண்டு வந்துடறேள். எனக்கு ரொம்ப ஆப்தன் அவன். தட்ட முடியாது. பார்வதீம்மா... பொறந்து அரை மூடி போட்டுக்கிற தோல்லியோ, பாட்டு சங்கீதம்னு மேடைக்கு வந்துடறதுகள். அழுத்தமான சாதகம், கேழ்க்கிற ஞானம், பாடாந்தரம் எதுவும் லவலேசம் இல்லை. சபாக்காரன், பச்சை நோட்டுக்கு, அலையறான். பத்திரிகையிலே, அவாளையும், இவாளையும் பிடித்து நல்ல வார்த்தையா கறந்துட்டாப் போறும். வித்வான், வித்வாம்சினி ஆயிடலாம். திருவையாறு வந்துடறா, ஆராதனைக்கு. என்ன சங்கீதமோ, என்ன இழவோ...”

எரிச்சல், கோபம் எல்லாம் எனக்கு மண்டிக்கொண்டெழுந்தது. “சரிதான் போய்யா. உன் லட்சணம் எனக்குத் தெரியாதா... சொந்த சிஷ்யை நல்லா பாடறான்னு, எங்கே நம்மையே சாப்பிட்டுடப் போறாள்னு, பாடாதேன்னு சத்தியம் வாங்கின பொறாமைக் குதிர் நீ. உமக்கென்ன சங்கீத அக்கறை?” என்றெல்லாம் நெருப்பைக் கொப்பளித்துத் துப்பலாம் என்று நினைத்துக்கொண்டேன். அடக்கிக்கொண்டேன்.

அம்மா, அழுதுவிடும்போல் இருந்தது. முகம், கிழித்து ஒட்டிய சித்திரம்போல் கோணியது.

“மாமா அப்படிச் சொல்லப்படாது. உங்க கதவு மட்டும்தான் எங்களைப்போல அநாதைகளுக்குத் திறந்த கதவுன்னு தெரிஞ்சு வந்திருக்கோம். எல்லோரும்தான் பாடறா. எல்லோருக்கும்தான்

வயசாறது, மரத்துக்கு ஆற மாதிரி. எல்லோரும் உங்களை மாதிரி ஞானவாளா ஆயிடறாளா? எத்தனையோ சாமி இருக்கு மாமா... ஆனா, வித்வத்து வேணும்னா, சரஸ்வதி கடாட்சம் வேணுமோல்லியோ"

சீனு சாரின் மூஞ்சியைப் பார்க்க வேணுமே! இலுப்பைத் தேன் குடிச்ச குரங்கு, சர்க்கரைப் பாகுல விழுந்த மாதிரி "ஈ" என்று இளித்துக்கொண்டு "என்னமோ சொல்றேள் வரேன்" என்றது. அதோடு விட்டதா என்ன? "கும்மிடிப்பூண்டி, கூடுவாஞ் சேரியில் பாடினவள், மெட்ராஸ் சபாவில, சுப்புடு, பப்புடுன்னு ராட்சஸர்கள் வர இடம். கிழிச்சுத் தொங்க விட்டுடுவான்கள். ஜாக்கிரதையா பாடுடி குட்டி"ன்னு அட்வைஸ் வேறு. மெட்ராஸ் என்ன, எல்லோரும் தியாகராஜ சாமிகள், தீட்சிதர்கள், அருணாசலக் கவிராயர்களா என்ன? எல்லா இடத்திலும் காதுள்ளவர்கள் இருக்கிறார்களா? எல்லா இடத்திலும் இரும்புக் காதர்கள் இருக்கத்தான் செய்கிறார்கள்.

ஒருவழியாக அம்மா, சீனுவை ஒப்புக்கொள்ள செய்துவிட்டுத் தெருவுக்குக் வந்தது.

"கடவுள் என் பக்கம்தான் இருக்கிறார்" என்றது.

பத்துப் பன்னிரண்டு வருஷ சபதம் அல்லவா?

அரங்கத்தில் எழுந்த கசமுசாக்கள், சீனு வந்து விட்டதைத் திரைக்குப் பின்னாலிருந்த எனக்கு உணர்த்தியது. திரை உயர்ந்தது. எல்லோரையும், சரஸ்வதியை, குருவை, மனசுக்குள் நமஸ்கரித்துக்கொண்டேன். எதிரே, சீனு நடு நாயகமாய் பட்டு வேஷ்டி, பட்டு ஜிப்பா, பட்டு அங்கவஸ்திரம், குங்குமம், சந்தனப் பூச்சு, வாய் வெற்றிலைச் சிவப்பிலும், சற்றே இகழ்ச்சியிலும், கண்ணில் குரூரம். அதைச் சமன்படுத்த ஒரு பந்தாச் சிரிப்பு. சபா செகரட்ரி என்னவோ உளறியது.

"நம் காலத்துப் பீஷ்மர் சீனு சேதுராமன் சார். "பிதாமகரே தலைமை வகிக்க இப்போது பாடப் போகும் செல்வி கலாவல்லி. சர்வகலா வல்லியாக"

வேணாமே இந்தப் பேத்தல். நான் கண்ணை மூடினேன். முதலில் என் கண் இமைகள் மூடினதும், இருள் கவ்வியது. இருள், கொஞ்சம் கொஞ்சமாக மஞ்சள் நிறமாகி, வெண்மை வியாபித்தது. எனக்குள், எங்கும், என்னைச் சுற்றிலும், ஸ்ருதியே வியாபித்தது.

ஸ்ருதி என்ற பேரண்டத்துக்குள் அணுவாக நான் கரைந்து போனேன். என்ன ராகம், என்ன க்ருதி என்ற பிரக்ஞையே இல்லாமல், ஒரு பாடலை நான் பாடிக்கொண்டிருந்தேன். நானா பாடினேன். பாட்டு, இசை நாதம் என்னைப் பாடிக்கொண்டிருந்தது.

என் விழிகளில் வெள்ளைப் பிரகாசத்தின் மத்தியில் இராமன் வில்லேந்தி நிற்கிறான். போர் சந்நதம்கூடிய இராமன், வில்லை நிமிர்த்தி நிறுத்திய இராமன், காம, க்ரோதம் எனும் எதிரிகளை சம்காரம் செய்கிறவன், சீதாதேவியைத் துன்புறுத்திய காகாசுரனைத் தண்டித்தவன், எவர் துன்பத்துக்காளானாலும் காக்க முன் வருபவன்...

என் காதுகளில், கோதண்டத்தின் ரீங்காரமே நிறைகிறது. சுற்றி நிற்க முடியாது போகும் பகைகள், கருணையே வடிவான இராமனா, இந்த யுகத்தை நிகழ்த்துகிறான். போரும், ஸ்திதப் பிரக்ஞைக்காரர்களுக்கு ஒரு தவம்தான். போருக்கு நின்றிடும்போதும் பொங்குதல் இல்லாத மனம்தான் ஞானம்...

இராமன் என் அம்மாவாக மாறுகிறான். என்ன இது? அம்மாவின் கைச் சமையல் பாத்திரம்தான் எப்படி வில்லாக மாறி இருக்கிறது? ஆச்சர்யம்தான். அம்மாவின் கையில் இப்போது வில். ஏற்றிய அம்பு. அம்பின் நுனியும் குறியும், காகாசுரன் மேல். காகாசுரன் இல்லை. சீனு சார்! வேணாம். வேணாம், பார்வதி... என்னை விட்டுவிடு... போதும்... போதும் இனிமே தூஷணை பண்ண மாட்டேன்... யாரையும்... சீனு சார் ஓடுகிறார்.

கைத்தட்டல் அதிர்கிறது. கண்ணைத் திறக்கிறேன். கண் கூசுகிறது. நான் அரங்கத்துக்குள் இருந்தேன். முதலில் யார் முகமும் சரியாகத் தெரியவில்லை. சிரமப்பட்டுப் பார்க்கிறேன். அம்மாவின் முகம் தெரிகிறது. அவள் கண்களில் இருந்து தாரை தாரையாக வழிகிறது. சீனு சேது சார் முகம் தெரிகிறது? வெளிறிப் போய்த் தெரிகிறது அவர் முகம்.

சபா செக்ரடரி மாலை, மற்றும் புதுசாக வந்திருக்கிறதே, எதுக்கும் உதவாத பொன்னாடை என்கிற சொரசொரப்பு தரித்திரம் எல்லாவற்றையும் என் கழுத்தில் போடுகிறார்.

மிருதங்கம் ரங்கு "பிரமாதம் குழந்தை, பிரமாதமா பாடிட்டே" என்றது கேட்டது. யார் யாரோ என்ன என்னமோ பேசுகிறார்கள். கடைசியாகச் சீனு சேது மைக்குக்கு முன் வந்து நிற்கிறது. ஏதேதோ பேசுகிறது.

"என்னத்தைச் சொல்றது? இப்படி ஒரு பாட்டை என் வாழ்நாள்லே கேட்டதில்லைன்னு சொன்னா, அது பொய்யில்லை, நிஜம். என் குரு, அந்த நாளைலே சொல்வார். மகா வைத்தியநாதையர், புஷ்பவனம், நாயனா, பிள்ளைன்னு பல பேர். நான் கேட்டதில்லை. மகா பாட்டுக்காரான்னு சொல்வார். இப்போ, இவ, கொழந்தை கலாவல்லி பாடறச்சே, அந்த மகா ஞானஸ்தர்தான் பாடினதைக் கேட்கிறேன். என்ன சொல்றது? இது படிச்சு, அப்யாசம் பண்ணி, சாதகம் பண்ணி மாத்திரம் வரதில்லை. எனக்குத் தெரியும். குரு முகமா கத்துண்டு, பாடற பாட்டுக்கும் இதுக்கும் வித்தியாசம் தெரியறதே... ம் என்ன சொல்றது? மகா நிபுணிதான் இவ. இந்தக் கொழந்தை. தொண்டைக்கு என்ன புண்ணியம் பண்ணாளோ பார்வதி. இப்படி ஜலதரங்கம், புல்லாங்குழல், வீணை எல்லாத்தையும் ஒண்ணா வச்சிருக்கு, தொண்டையில்! எனக்கு இது ஆச்சர்யம் இல்ல. வகுளா பரணத்துல தியாகராஜ சுவாமி பாட்டு, ஏ ராமுனின்னு தொடங்கற கீர்த்தனை, வகுளாபரணம் பாடினா, மகிழம்பூ வாசனை வரணும். வந்தாத்தான் அது வகுளாபரணம். இல்லேன்னா, அது வெறும் ஆபரணம். வந்துச்சே, கடவுளே... எப்படி? எனக்கு மகிழம்பூ வாசனை வந்ததுண்ணா சத்தியம்! நான் சொல்றது சத்தியம்... என்ன ஆச்சர்யம்..."

பேச முடியாமல் தழுதழுத்தது.

எல்லோரும் விடை பெற்றுப் போய்விட்டார்கள்.

நாங்கள் மாத்திரமே இருந்தோம். நாங்கள் என்றால், நான், அம்மா, சீனு சேது. கூத்து மைதானம்போல், காலியாகி இருந்தது அரங்கம். வெளியே மஞ்சள் கொன்னை மரத்துக்குக் கீழே நாங்கள் நின்றிருந்தோம். சீனு சார் கேட்டது.

"யார் குழந்தைக்கு சிட்சை?"

"சரளி வரைக்கும் நான்தான் பண்ணி வச்சேன். அப்புறம், பரூர் ரத்தினம் மாமா... அப்புறம், வாலாஜா பாலு அண்ணா, எங்கல்லாம், எனக்குப் பிழைப்பு நடந்துச்சோ, அங்கே இருக்கிற வித்வான்கள், இவளுக்குச் சொல்லி வச்சார்கள். காலிலே கையிலே விழுந்து கேட்டுக்குவேன். மனசு வச்சா சொல்லுவார்கள். இப்படித்தான் சிட்சை ஆச்சு."

"இவ்வளவு சிரமப்பட்டிருக்க வேணாமே... என்னண்டை வந்திருக்கலாமே...?"

“வந்தோமே. மாமாட்டதான் முதன் முதல்ல வந்தோம். நானும் எம்பொண்ணும்”

“வந்தேளா, எப்போ, ?”

“சரியா பன்னிரண்டு வருஷத்துக்கு முன்னால. அப்போ, மாமா, அல்லிக் குளத்தில வாசம்”

“ஆமாம். அங்க, ஒரு ஏழு எட்டு வருஷம் வாசம்.”

“ஆலமரத்தண்டைக்குக் கீழ்ப்புறம் இருந்தேள். ஒருநாள் சாயரட்சை, எம்பொண்ணோட வந்தோம். அப்போ மாமா, யாரோடயோ, பேசிக்கிட்டிருந்தாப்பில, பார்த்தா, பெரிய மனுஷாளா தெரிஞ்சது. நான் மாமாவைச் சேவிச்சு, வந்த விஷயத்தை விண்ணப்பிச்சேன். ரொம்ப கருத்துக் குறைவாத்தான். என் பேச்சைக் கேட்க இருந்துச்சு... தப்பான நேரத்துல வந்துட்டேன்னு நினைச்சுக்கிட்டேன். யார், என்னன்னு விசாரிச்சேள். பார்வதின்னு என் பேரைச் சொன்னேன். ஆத்துக்காரர் பேரென்னனனு கேட்டேள். சொன்னேன். என்ன பண்றார்னு கேட்டேள். சமையல்னு சொன்னேன். சமையல்காரன் பொண்ணுக்கு என்னத்துக்குச் சங்கீதம்னு கேள்வி வந்தது. அவ்விடத்திலேந்து. என்ன பண்றது என் தலையெழுத்து, அந்த ஆளை பண்ணிட்டதுன்னு சொன்னேன். வேறு என்ன நான் சொல்றது? எங்க குடும்ப ஐவேஜு அவ்ளோதான். ஜட்ஜ் சம்பந்தமா கிடைக்கும். இந்தக் குழந்தை கிடந்து என்னன்னா, சதா பாடிட்டே இருந்தா, வாய் ஓயாத பாட்டு. பள்ளிக்கூடத்துல கடவுள் வணக்கம் இவதான் பாடறாள். மொதல் நாள், கோயில்ல யாராச்சும் பாசுரம், தோத்திரம் பாடினா, அச்ச அசலா, அப்படியே பிடிச்சுக்கிறது. குரல்ல, என்ன பிர்க்காங்கறேள்? பிர்க்கான்னே தெரியாமே, அதுவா அசலா வந்து விழறது. தடித்தவோர் மகனைத் தந்தையீண்டடித்தால்னு ஒரு இராமலிங்கசாமி பாட்டு இருக்கோல்லியோ, அதைப் பாடினா, கண்ணில ஜலம் வரும். அப்படி ஓர் உருக்கம். எனக்குப் பாட்டுக் கத்துக்கொடம்மான்னு சதா கேட்டுண்டிருந்தா. எனக்கும் ஆசைதான். எனக்கும் பாட்டு ஆசை இருந்தது, மாமா. அதெல்லாம் நான் திரள்றதுக்கு முந்தி. அப்புறம், சமையல் மாமா ஆத்துக்காரிக்கு என்ன சங்கீதம் வேண்டியிருக்கு? சாம்பார் வாகா வந்துடுச்சுடி இன்னிக்குன்னு பேசற குடும்பம். எனக்குப் பதினாறு முழுசா ஆகலை. இவ என் வயித்துல. எனக்குத்தான் லபிக்கலை. இவளுக்காவது சங்கீதம் பண்ணவைப்போம்னு கடவுள் மேல பாரத்தைப்

போட்டு, யாரைப் பார்க்கலாம்னு யோசிச்சேன். எனக்கு உங்க ஞாபகம்தான் வந்தது. உங்க பாட்டுன்னா எனக்கு ரொம்பப் பிடிக்கும். சுரம் போடறது மாமாவோட விசேஷம். கச்சிதமா ராகம் பாடி, வேகம் வேகமா கீர்த்தனையைப் பாடி முடிச்சுட்டு, சுரம் பாடப் போயிடுவேள். ஆனா, வாணவேடிக்கை பார்த்தா மாதிரி, எத்தனை வர்ணம், மாமாவோட சுரத்துல, மணிஐயர் அப்படிப் பண்ணுவார். அப்புறம் மாமாதான். அதோடு, இப்ப சத்தியா இத்தனை க்யாதி உள்ள சங்கீதக்காரா, மாமாதானே. வந்தேன். மாமா, குழந்தையைப் பாடச் சொன்னேள்...” அம்மா முடிச்சதும் சீனு சார் கேட்டார்.

“பாடினாளோ?”

நல்லா பாடினா. தியாகராஜ சாமியோட, ‘சனி தோடி தேவே ஓ மனசா’ பாடினா. வந்தவாளோட பேசிண்டிருந்தீங்க. மாமா. பாட்டைக் கேக்க அவகாசமில்லை. குழந்தை பாடி முடிச்சதும் இது என்ன ஹாரிகாம்போதியா, உங்க ஆத்துக் கறி காம்போதியா, சவமே... என்னத்துக்குத் தியாகராஜ ஸ்வாமியைத் தெனம் தெனம் கொல்றேன்னு ரொம்ப வஞ்சுட்டேள்...”

“அடடா... என்ன பாவம்!”

“கூட இருந்தவர்கூட, தெகைச்சுப் போயிட்டார். என்ன இப்படிச் சொல்லிட்டாங்களே மாமான்னு ஆச்சு. குழந்தைக்கு மனசு ரொம்ப விட்டுப் போச்சு. மாமா, ஒரு வார்த்தை சொன்னேள்”

“என்ன?”

“தகரத்துல ஆணியைக்கொண்டு கிழிக்கிற மாதிரி, இந்தத் தொண்டையை வச்சுண்டு, வத்தல், வடாத்தைத் திருடற வர்ற காக்கை ஓட்ட முடியாது. கல்யாணி பாடப் போறாளா? போ... போ... எவனாவது சின்ன சமையல் பையனைப் பார்த்துக் கட்டிவைன்னு பேசிட்டேள்”

“என்னது... என்னது... அப்படியா பேசினேன்.? சிவ... சிவா...!”

“ஏதோ விஷ வேளை, எம் போறாத வேளை... அந்த நேரம் நான் வந்தது பிசகு. கொழந்தை, வருத்தம் தாங்க முடியாம, அவமானம் தாங்க முடியாமே...”

அம்மா, இதைச் சொல்ல வேண்டாம்போல் தோன்றியது. என்றாலும், வார்த்தை வாயிலிருந்து வெளி வந்து விட்டதே.

"என்ன ஆச்சு?" என்றது சீனு சார்.

"கிணத்துல விழுந்துட்டா. பிழைச்சது மறுபிறவி"

அம்மா சற்று பேச்சை நிறுத்தியது.

"அன்னைக்கு ஒரு சபதம் பண்ணிண்டேன். எனக்குள்ளதான். சாமிக்குத் தெரியும், எனக்குத் தெரியும். இனி என்னோட வாழ்க்கை, இவளுக்காகத்தான். இவளை உலகம் மதிக்கிற பாடகியாக்கறது. அதுக்குத்தான் இந்த உசுருன்னு மனசுக்குள்ள எழுதிக்கிட்டேன். இவ அப்பாவுக்குப் பாட்டுன்னா, பாகற்காய். என்னத்துக்கு இவளுக்குப் பாட்டுன்னு ஒருநாள் பெரும் ரகளை. போய் வர்ற செலவு, வாத்தியாருக்கு அப்பப்போ கொடுக்கிற சம்பளம், இது கண்ணை உறுத்துச்சு. அது இருந்தா இன்னும் பிராந்தி, விஸ்கி சாப்பிடலாமே. குழந்தை சங்கீதத்தை விடறதா? விடப்படாது. நான் புருஷனை விட்டு வந்துட்டேன். எனக்கு என்னை விடவும், எல்லாத்தை விடவும் சங்கீதம்தான் பெரிசுன்னு முடிவு பண்ணிட்டேன். அப்பளம் போடறது, கடை கடையா விக்கறது. சமையல் வீட்டு வேலை, மனுஷ உடம்பாலே என்னென்ன சாத்தியம் உண்டோ அதுகளையெல்லாம் பண்ணினேன். ஒரு காசுகூட நான் வீணாக்கியதில்லை மாமா. ஒரு வாய் வெத்திலைக்கு, நான் காலணா செலவு பண்ணிக்கிட்டது இல்லை. ஏதோ, என் தீவிரம்தான் இவளைப் பாடகியாக்கித்துன்னு நான் சொல்லலை. இவளுக்குள்ள தீ, எரிஞ்சுண்டிருந்தது. அதை நான் தரலை. எந்த மனுஷன் இவளுக்குப் பாட வராதுன்னு சொன்னாரோ, அவரே, இவளை ஒத்துக்கணும்னு நினைச்சேன். அதுக்குத்தான் வாழ்ந்தேன் மாமா... நீங்க பெரியவா. உங்களை நான் ஏமாத்திப்பிட்டேன். மன்னிக்கணும்."

"என்ன ஏமாத்தல்?"

"இன்னார்ன்னு சொல்லாம, புதுசா உங்களைத் தலைமை தாங்க கூப்பிட்டது தப்புதான். இவளுக்கு இதெல்லாம் பிடிக்கலை. வேண்டாம்னு சொன்னா. எல்லாம் என் பிடிவாதம். மன்னிக்கணும். மனசுக்குள்ள எதையும் வச்சிக்காமே, ஆசீர்வாதம் பண்ணனும்."

எனக்குச் சீனு மாமாவைப் பார்க்கப் பாவமாக இருந்தது. எனக்குப் பாடப் பிடிக்கிறது. இந்தப் போட்டியெல்லாம் என்னத்துக்குன்னு தோணுது. இப்பவும், இந்த க்ஷணமும் இப்படித்தான். மாமா, சங்கப் பலகையா? சங்கப் பலகை வள்ளுவரையே ஏத்துக்கலையே. ஔவை வந்து சிபாரிசு

பண்ணினான்னா, அப்புறம் அது என்ன சங்கப் பலகை. எனக்கு இப்போ கோபம் இல்லை. யார் மேலயும் வருத்தம் இல்லை. அம்மாதான், சதா இந்த நெருப்பை ஊதி ஊதி வளர்த்தது. அவளே எரிஞ்சுடப் போறாளேன்னு எனக்குப் பயம்கூட. நல்லவேளை, அதெல்லாம் நடக்கலை.

மாமா, மரம்போல நின்றுகொண்டிருந்தார்.

"பாவம் பண்ணிட்டேன். பெரிய பாவம். எத்தனை பாவம். நல்ல பாத்திரத்துல பிட்சை போடற பாக்கியம் இழந்த பாவம். ஒரு கொழந்தையோட மனசை நோகப் பண்ணின பாவம். அவளோட தாயைக் கதற அடிச்ச பாவம்... இத்தனை வயசுக்கு மேல, நான் என்ன பிராயச்சித்தம் பண்ணப் போறேன், பார்வதீம்மா!"

"அப்படியெல்லாம் பெரியவா பேசப்படாது. கல்யாணியும், சரஸ்வதியும் பாடின வாய் மாமாவோடது. அந்த தேவதைகள், தங்கி இருக்கிற மனசு மாமாவோடது. மனசு நிறைய, "நல்லா இருடி குழந்தை... நல்ல சங்கீதக்காரியா இரு"ன்னு ஒரு வார்த்தை சொல்லுங்க. போறும்"

"இவளுக்கு நான் ஆசீர்வாதம் பண்றதா? நன்னா இருக்கு... கொழந்தே... பாடினாயே... காகாசுரனைத் தண்டிச்ச ராமான்னு... நான்தான் அந்த அசுரனா? அட ராமா...! தண்டிச்சுட்டே... நான், இந்தக் குழந்தையை ஆசீர்வாதம் பண்றதாவது.?"

எனக்குக் கஷ்டமாக இருந்தது. என்ன இருந்தாலும், பெரியவர், மகாஞானவான், நான் குனிந்து அவர் காலைத் தொட்டு நமஸ்காரம் பண்ணினேன்.

அந்தப் பெரியவர் என் உச்சியைத் தொட்டு, என்னைத் தூக்கி நிறுத்தினார்.

"வயசுல மட்டும் தாண்டியம்மா, நீ சின்னவ. மத்தபடிக்கு நீ ரொம்ப பெரியவ. இதுதான் மனுஷ சிலாக்கியம். இது நீடிக்கணும். நீடிக்கப் பண்ணிக்கோ... இதுதான் என் ஆசீர்வாதம்"னார்.

எனக்கு மனசு நிறைந்தது. அம்மாவைப் பார்த்தேன். ஜெயித்த சுவடு இல்லை. சாதாரண மனுஷியாக இருந்தாள்.

எனக்கு இது திருப்தியாக இருந்தது.

மாமா, வண்டியில் அமர்ந்து புறப்பட்டது.

"பெரியவர்" என்றது அம்மா.

2002

வாசனை 3

ஆராவமுது வாத்தியாரின் பெண் அமிர்த சரஸ்வதி, நேற்று முன் தினம், அதாவது வெள்ளிக்கிழமையிலிருந்து காணாமல் போய் விட்டாள் என்கிற சங்கதியை வேதபுரீஸ்வரனிடம் வந்து மணிகண்டன் சொன்னான். சைக்கிளில் வந்து சொன்னான். சொல்லும்போது அவனுக்கு இரைத்தது. நியாயமாகச் சைக்கிளுக்குத்தான் இரைக்க வேண்டும். அதுதானே தரையில் உருண்டுகொண்டு வந்தது?

மணிகண்டன் இதைச் சொன்னபோது அவன் குரலில் அல்லது மனசில், இனம் விளங்காத சந்தோஷ ரேகை, வேதபுரீஸ்வரனுக்குத் தென்பட்டது. சரஸ் என்கிற அமிர்தசரஸ்வதி காணாமல் போனதற்கு மணிகண்டன் சந்தோஷப்பட முகாந்தரம் இல்லை. முகாந்தரம் இல்லை என்று சொல்லிவிடவும் முடியாது. சரஸ் என்று நாங்கள் எங்களுக்குள் அழைத்துக் கொள்ளும் அமிர்தா, ரொம்பவும் லட்சணமான பெண்ணாகவும், புத்திசாலியாகவும் அறியப் பட்டவள். வேதபுரீஸ்வரனுக்குத் தெரிந்து ஏழெட்டு பேர் அவளை நினைத்து மருகியது, யதார்த்தம்.

"உனக்கு எப்படித் தெரியும். எப்போ தெரியும்" என்று வேதம், மணியைக் கேட்டான்.

"இதையெல்லாம், அச்சுப்போட்டு யாராகிலும் விநியோகிப்பார்களா, என்ன? மனிதர்களே, துண்டறிக்கைகளாக மாறி, ஒருத்தருக்கொருத்தர் விஷயத்தைப் பரப்பிக்கொள்ள மாட்டார்களா? வெளுத்துச் சாயம் போய், நிறம் இழந்து துவள்கிற

வாழ்க்கையில் சுவாரஸ்யப் படுத்திக்கொள்ள, வேறு என்னதான் மாற்று இருக்கு?” என்பது மணியின் கருத்தாக இருந்தது.

மணியின் சைக்கிளையே வாங்கிக்கொண்டு, வேதம் வாத்தியார் வீட்டுக்குப் புறப்பட்டான். வாத்தியாரின் ஓடு போட்ட காரை வீடு, கமலியாற்றங்கரையில் கிழக்கு பார்த்து இருந்தது. போகும்போது, சைக்கிளில் பிரேக் இல்லாதது தெரிந்தது. காய்கறிக் கூடையுடன் வந்த கிழவி, மயிரிழையில் தப்பித்தாள்.

சரஸ்வதி ஏன் வீட்டை விட்டுப் போக வேண்டும்? ஒன்று அவளுக்கு வீட்டை விட்டுப் போக வேண்டும் என்று தோன்றியிருக்கும். போனாள். ஆனால், இது அப்படியொன்றும் இலகுவான, கடைக்குப் போய் வெற்றிலை பாக்கு வாங்கி வருவதுபோலச் சின்ன விஷயம் இல்லை. அவனுக்கு முன்னால், ஒரு பெரிய கேள்வி. அவள் யாருடன் போனாள்? அவ்வாறு ஒருத்தனுடன் அவள் போகிறாள் என்றால், அவன் யார்? அமிர்தாவை அவன் எங்கு சந்தித்தான்.? எப்படி அவர்கள் உறவு வளர்ந்தது? அப்படி அவள், யாரோ ஒருத்தனுடன் ஓடித்தான் போக வேண்டியிருந்தால், அந்த ஒருத்தன் நானாக ஏன் இல்லாமல் போயிற்று?

போகும் வழியில் கிருஷ்ணன் கடையில் இறங்கினான். சைக்கிளைத் தெரு ஓரப் புளியமரத்தில் சாத்திவிட்டு, கிருஷ்ணனிடம் காபிக்குச் சொன்னான். பெஞ்ச்சில் உட்கார்ந்து தெருவைப் பார்த்தான். விடிந்து விட்டிருந்தது. குளித்துத் திரும்பிக்கொண்டிருந்தனர் இரு பெண்கள். ஈரப் புடவை உடம்பில் அழுந்த ரஸ்தா மண் ஒட்டிய வெள்ளைப் பாதங்களிலிருந்து “சபக் சபக்” என்று சப்தம் வர அவர்கள் நடந்து சென்றார்கள்

அமிர்தம்கூடக் கமலியாற்றங்கரையில் குளிப்பாள். பெரும்பாலும் இருள் புலரும் முன்பு, மனித நடமாட்டம் தொடங்கும் முன்பு, ஆறு விழித்து எழும் முன்பு, படித்துறையை ஒட்டிய புதர் மறைவாக, சப்தம் எழுப்பாமல், ஏதோ ரகசியச் சடங்குபோலக் குளியலை அவள் நிகழ்த்துவாள். புதருக்கு அந்தண்டை மறைவிலிருந்து மூச்சு விடும் சப்தமும் குறைந்து, மறைந்துகொண்டு வேதம் பார்த்திருக்கிறான். அந்த இருட்டிலும், ஓர் அங்கு உடம்பும் தெரியாமல் அவள் ஸ்நானத்தை நிறைவேற்றினாள் என்பது விசேஷம். மஞ்சள் ஸ்நானப்பவுடரின் சுகந்த மணம் காற்றில் பரவியதல்லால், வேறு எதுவும் அவன் புலன் அறியவில்லை.

"என்ன வேதம், இத்தனை காலமே, ஆற்றங்கரைப் பக்கம்?" என்றான் வழுக்கைத் தலைக் கிருஷ்ணன்.

"வாத்தியார் வீட்டுக்கு?"

"ஆமா, வாத்தியார் நேத்து ராத்திரி, முந்தாநாள் ராத்திரி, மெயின் ரோட்டுக்கும் ஆற்றங்கரைக்கும் நடந்துக்கிட்டிருந்தாரே, என்ன சங்கதி?"

"தெரியலையே…"

காப்பி, ருசிக்கவில்லை. எழுந்து சைக்கிளிடம் வந்தான். ஒரு நாய்; சாவதானமாகச் சைக்கிளின் மேல் உபாதையைச் சொரிந்து முடித்து, திருப்தியுடன் இவனை நட்பு தோன்றப் பார்த்தது. குனிந்து ஒரு கல்லை எடுத்து, அதைப் பார்த்து அடித்தான். அது, கத்திக்கொண்டு ஒரு காலை நொண்டியபடி ஓடியது. வேதம், மிகவும் திருப்தி அடைந்தான். நொண்டியபடியும், அழுதுகொண்டும் ஓடும் அந்த நாய், அமிர்தத்தை அழைத்துக்கொண்டு ஓடிப் போயிருக்கும். அந்த முகம் தெரியாத அவனாக இவனுக்கும் தோன்றியது.

வாத்தியார், குளித்து, நெற்றி நிறையத் திருநீர் துலங்க, துவைத்த அரைக்கை பனியன் வேஷ்டியுடன் சாய்வு நாற்காலியில் இருந்தபடி படித்துக்கொண்டிருந்தார். கம்பி போட்ட வாசலில் வெளி தெரிந்தது. வானம்; நீல மூட்டைகள்.

"அய்யா" என்று வேதம் அவர் முதுகுக்குப்பின் நின்றுகொண்டு சொன்னான்.

படித்த புத்தகத்தை விரல் வைத்து மூடிய ஆராவமுத வாத்தியார், "முன்னால வாடா, வேதம்" என்றார். வேதம் அவர் முன் வந்து நின்றான்.

"என்ன சங்கதி?"

"ஐயா… நம்ம அமிர்தா…"

"உம்" என்று விட்டு, வாசல் வழி வானத்தைப் பார்த்தார். வானம், சூரிய ரச்மியால் நிறைந்திருந்தது.

"இப்ப வீட்டுல இல்லை. தகவல் தெரியலை"

"போலீஸ்ல சொல்லிட்டீங்களா?"

"என்னத்துக்குச் சொல்லணும்? அவ குழந்தை இல்லை. வயசு இருபத்தாறு ஆவுது, அவளை யாரும் கடத்தலை. எங்கோ போயிருக்கா. வர நினைச்சா வருவாள். நாமே இதைப் பெரிசுப்படுத்த வேணாமே"

பிரபஞ்சன் | 49

அவர் இடப்பக்கச் சுவரில், நடு வீட்டில் மாட்டியிருந்த புகைப் படச் சட்டத்தைப் பார்த்தார். படத்தில், இருபது வயசு அமிர்தாவும், அவள் பட்டாளத்துக் கணவனும் கல்யாணக் கருக்கழியாமல் காட்சியளிக்கிறார்கள். கல்யாணத்துக்கு மறுநாள், மொட்டை மாடியில் வைத்து எடுக்கப்பட்ட படம் அது. கணவன் சிவராமன், கோட் அணிந்து இருந்தான். அமிர்தா, சாதாரணமாக, நகை அணியாமல், காட்டன் சேலையில் இருந்தாள். புகைப்படத்தில் அவள் சிரித்தாளா? அப்படித் தெரியவில்லை. “இலங்கையைத் தாண்டுடா” என்றதும், குச்சியைத் தாண்டும் பழக்கிய குரங்கைப் பார்த்தால், எவருக்கும் வருகிற இளம் சிரிப்பு அவள் முகத்தில், கல்யாணத்தின்போது எடுக்கப்படும் பெண்களின் ஃபோட்டோக்களில், பெரும்பாலும் மிரட்சி தெரிவதாக வாத்தியார் நினைப்பதுண்டு. அமிர்தாவுக்கு மிரட்சி இல்லை.

“காப்பி போட்டுக்கொண்டு வாயேன். எனக்கும் உனக்கும்” என்றார் வாத்தியார்.

அமிர்தா இருக்கும்போது, இந்த வேலைகளை அவள் செய்தாள். சமயங்களில் வாத்தியாரே செய்வார். அவர் ஒரு சிறந்த சமையல் கலைஞர். மாமி, அமிர்தாவுக்குக் கல்யாணம் ஆன கையோடு, சிவலோக பதவி வகிக்கக் கிளம்பிப் போய்விட்டாள். பட்டாளத்துக் கணவன் ஒரு மாதம் வீட்டில் இருந்தான்.

வேதம் இரண்டு தம்ளர்களில் காப்பி போட்டுக்கொண்டு வந்தான். ஒன்றை அவரிடம் கொடுத்து விட்டு, மற்ற தம்ளரை, வாத்தியார் கண் பார்வை படாத இடத்தில் நின்றுகொண்டு சாப்பிட்டான்.

“ஐயா... பட்டாளத்தார்கிட்டேயிருந்து ஏதாவது தகவல்?”

வாத்தியார் தலையசைத்தார். தம்ளரைக் தரையில் வைத்தார்.

“இல்லை ஆறு வருஷமா வராத தகவல், இப்போ மட்டும் என்ன?”

வந்து அழைத்துப் போகிறேன் என்று விட்டுச் சென்றான் சிவராமன். வரவில்லை. பல கடிதங்களை அப்பாவும் பெண்ணும் எழுதினார்கள். பதில் இல்லை. அவன் கொடுத்த முகவரிக்கு வாத்தியாரே போனார். சிவராமன், படையில் இருந்தும், பணியில் இருந்துமே நீக்கப்பட்டதாகத் தெரிந்தது. யாரோ, வடநாட்டுப் பெண்ணுடன் குடும்பம் நடத்திக்கொண்டு, வடக்கே வாழ்வதாகச்

சொன்னார்கள். வாத்தியார் வீடு திரும்பும்போது, அமிர்தா, எதையோ தொலைத்துவிட்டுத் தேடிக்கொண்டிருப்பதாகத் தெரிந்தாள். கட்டில், மேசைகளின் கீழே பெருக்கி வாரிக்கொண்டிருந்தாள். சங்கடத்துடன், மாப்பிள்ளையைப் பார்க்க முடியாத விஷயத்தை முடிந்த மட்டும் சொன்னார்.

"இந்தத் திருகாணி பெரிய தொல்லைப்பா. அடிக்கடி கீழே விழுந்து உயிரை வாங்குது" என்றபடி அவள் திருகாணியைத் தேடிக்கொண்டிருந்தாள். அப்புறம் கிடைத்தது. "அப்பாடா" மௌனமாகத் திரும்பினார்.

வாத்தியார் வேதத்திடம், "வேலை இருந்தால் புறப்படேன்" என்று விடை கொடுத்தார்.

"இன்னிக்கு ஞாயிற்றுக் கிழமைதானே. வீட்டுக்குப் போய்க் குளிச்சுட்டு, வரும்போது உங்களுக்குக் காய்கறி வாங்கியாந்துடறேன், மதியம் சமையலுக்கு..."

"கத்திரிப் பிஞ்சும், குண்டு பாவக்காயும் வாங்கிக்கோ... மேசை டிராயரில் சில்லறை எடுத்துக்கோ"

பணத்தை எடுத்துக்கொண்டு கிளம்பினான் வேதம். சக்கரங்கள் சீராக உருண்டுகொண்டிருந்தன. யாராக இருக்கும் அந்த ஆள்! வாத்தியாரைத் தேடி, மணியக்கார மகாலிங்கையர் வருவார். எழுபது வயசு. வேறு கிழங்கள் எப்போவாவது வருவதுண்டு. கிழங்கள் மதுரை வீரக் காரியங்களைச் செய்யாது. அப்படியும் சொல்வதற்கில்லை. கிழங்கள் பொல்லாததுகள். ஆனால், மகாலிங்கையர், பாவம். தான் ஆண் என்பதையே மறந்து போனவர் அவர். அப்புறம வாத்தியாரிடம் படித்த மைக்கேல் அடிக்கடி, பழம், பூ, இனிப்புகளுடன் வருவான். ஏதோ ஒரு பெரிய கம்பெனியில் இருந்தான். ஆவ்... தண்ணீர் இறைக்கும் மிஷின் சம்பந்தமான கம்பெனி. காரில் வருவான். சிவப்பு நிறக்கார்... எப்போதும் "டை" கட்டி வருவான். வேதத்துக்கு என்ன காரணத்தாலோ மிஷின், கார், அதிலும் சிவப்பு நிறம், டை முதலான அணிகலன்கள் யாவற்றின் மேலும் வெறுப்பு அரும்பி இருந்தது. அவனாகவும் இருக்கலாம்? ஏன் இருக்கக்கூடாது? அவ்வப்போது கவிதைகள் எழுதுகிற மணிகண்டன் சொன்னான்.

இலேசாகப் புருவத்தை உயர்த்தியபடி... சாக்ரடீஸ் போன்ற பாவத்துடன் அவன் சொன்னான்.

"பெண்கள், மற்றும் கொடிகள் பக்கத்தில் இருக்கிற பொருள்களைத் தழுவிக் கொள்வார்கள்"

தினம் பேப்பர் போடும் பக்கிரி, பால் ஊற்றும் ஆனந்தக் கோனார், காய்கறிக்கார கோவிந்தசாமி நாயக்கர், வண்டிக்கார வேலு, நிலம் சம்பந்தமாக வருகிற குத்தகை கோபால் நாயுடு, அடிக்கடி "டீச்சர் டீச்சர்" என்றபடி வீட்டுக்கு வருகிற மாணவன் வடிவேலு இவர்களில் யார்? மறந்தாச்சே. தினம் தபால்கொண்டு வரும் போஸ்ட்மேன் வல்சராஜ், மாட்டுத் தரகர், உர விற்பனை உத்தராபதி, இவர்களில் யார்? யாரை அந்தப் பூங்கொடி தழுவிக்கொண்டாள்?

இன்றைக்குக் காலையில் ஜன்னல் ஓரம் வந்து நின்றபோது, அந்தச் சிட்டுக்களைப் பார்த்தேன். செம்பருத்திச் செடியில் அமர்ந்திருந்த சிட்டு, சின்னஞ்சிறு பிராணி. பார்த்தவுடன் கருணை சுரக்க வைக்கும் கைப்பிடி அளவு உடம்பு. துவரைக் கண்கள், ஓட்டு மாங்காய் மூக்கு, நான் சிட்டாகவே மாறிப் போனேன். சிட்டே! உன் இறக்கைகளை எனக்குத் தருவாயா? எனக்குப் பறக்க வேணும் என்கிற ஆசை. தருவாயா? எனக்கு, அந்தக் கமலியாற்றங்கரையைத் தாண்டி, பனியால் மூடின மலைகளைத் தாண்டிப் பறக்க வேண்டும். அங்கே, வெள்ளியை உருக்கின மாதிரி, ஓர் ஓடை இருக்கிறதாமே, அங்கு சிவப்பும் மஞ் சளுமாய்ப் பூத்துச் சொரியும் மரங்களைக்கொண்ட ஒரு தோப்பே இருக்கிறதாமே? மலை உச்சியில், ஒரு கோயில் இருக்கிறதாமே, இங்கிருந்து எவ்வளவு தூரம் அது? அங்கே ஒரு பெண் சிலை, ஒரு கையைத் தூக்கியபடி, ஏதோ நியாயம் கேட்கும் உருவில் இருக்கிறதாமே, அவளைப் பார்த்து நான் பேச வேண்டும்.

தேவை. உன் சிறகுகள் மாத்திரமே... இந்த அறை எனக்கு அலுத்துப் போய்விட்டது. வரலாற்றுக் காலத்துக்கு முந்தைய, இந்தக் கட்டிலில் எத்தனைக் காலம்தான் படுப்பது? ஒரே சப்தம். கட்டில் கால்கள் பொருத்தப்பட்ட இடத்தில், என்னவோ நெகிழ்ச்சி ஏற்பட்டிருக்கிறது. அதை ஒழுங்கு பண்ண வேண்டும். இந்தக் கட்டில், என் நினைவுகளின் பழைய அடுக்குகளைக் கலைத்துப் போடுகிறது. இதில்தான், நான் கிழிபட்டேன். திரைச் சீலையின் குறுக்காக ஒரு கத்தி, மேல் இருந்து கீழ்வரை கிழித்ததுபோல!

கசந்த நினைவுகளைத் தருகிற இந்தக் கட்டில்களே இல்லாத ஒரு மலை உச்சிக்குக் நான் பறந்து போக வேண்டும். இந்த அறை முயக்க நாற்றத்தால், நாற்றம் கொண்டுள்ளது. தீ நாற்றம் ஆண்டாள் அனுபவித்த அந்தக் கற்பூர நாற்றம் அல்ல, சிட்டே இது காமச்சிதை நெருப்பில் எரியும் உடம்புகளின் நாற்றம். நான்கூட

ஆண்டாள் அக்காவைவைபோலவே கனவு கண்டு இருக்கிறேன். பறவையே அந்தக்கூடல் தினம், அந்த ஸ்தான பாக்கியம், அந்த சம்போக உற்சவம் பற்றி நான் கனவு கண்டிருக்கிறேன். என் பூரித்தெழுந்த ஸ்தனங்களை, ஒரு குழந்தை ஸ்பரிசம் பட்சிக்க வேணும். எங்கிருந்தோ, எங்கு என்று தெரியாத இடத்திலிருந்து கிருஷ்ணகானம் தவழ வேண்டும். எங்கள் வீட்டு முற்றத்தில் ஓடுவது கமலியாறா? இல்லை, அது யமுனை. நான் அதில்தான் படிகிறேன். கட்டை விரல் முதலில், அப்புறம் என் பாதங்கள், அப்புறம் முட்டிகள், தொடைகள், இடை வயிறு, மார்பகம், கழுத்து, இதழ்கள், கண்கள், நெற்றி, என் கூந்தல்... ஒவ்வொன்றாக யமுனை நதியில் படிந்து படிந்து நான் நீராட வேணும். ஆனால்... ஆனால்... என் பரிபாலனம் அப்படி இல்லை.

சின்ன வயதில், அப்பாவின் விரலைப் பிடித்துக்கொண்டு கமலியாற்றுக்கு நான் போவதுண்டு.

"அப்பா... ஆத்துக்கு அந்தண்டை என்ன இருக்கு"

"மலை. குதிரை மலை."

"உலகம் எங்கே முடியறது"

"கடலில்"

"கடலில் ராட்சஸன் இருப்பானாமே.?"

"ஏழு கடல் தாண்டி, ஏழாவது கடலில், ஒரு குகையில், ஒரு ராட்சஸன் இருக்கிறான். அவன் உயிர், ஒரு வண்டில் இருக்கும். அந்த வண்டை ஆயிரம் தலை காகம் காத்துக்கொண்டிருக்கும்."

என் கனவுகளில் ராட்சஸன் வந்தான். ஓர் இரவு, என்னுடன் என் பக்கத்தில் படுத்துக்கொண்டான். அவன் மேனியில் இருந்து சிதை வாசனை, எரியும் சிதை பொசியும் உடலின் வாசனை. என்னை என் விருப்பத்துக்கு எதிராக அவன் ஆலிங்கனம் செய்தான். என் ஆடைகளை விலக்கினான். என் சதையை, என் எலும்பை அவன் பட்சித்தான். அந்த ராட்சஸன். அநேகமாக மாதம் ரெண்டு மூன்று தடவை வந்தான். என்னை வேண்டாத காகிதம் மாதிரிச் சுக்கல் சுக்கலாகக் கிழிப்பான்.

எனக்குச் சாம்பிராணி பிடிக்கும். எனக்கு, ரோஜா வாசனை வீசும் பத்தி பிடிக்கும், மல்லிகை மருக்கொழுந்தும்கூட. எனக்குச் சந்தனம் பிடிக்கும். எனக்கு ஜவ்வாது பிடிக்கும். விபூதி வாசனை பிடிக்கும். என் புடைவைகளின்

பச்சைக் கற்பூர வாசனை பிடிக்கும். தாம்பூலம் பிடிக்கும். சந்தன சோப்புப் பிடிக்கும். உலகத்தின் எல்லா நல்ல வாசனைகளும் பிடிக்கும்.

என் அறையில் இருந்து இப்போதெல்லாம் தீ நாற்றம். சகிக்க முடியவில்லை. அந்த ராட்சஸனின் வாசனை. கல்யாணத்தன்று சிவராமனுடன் நான் சயனிக்க நேர்ந்தது. அரை விழிப்பில், நான் சிவராமனைப் பார்த்தேன். சிவராமன் அல்லன். ராட்சஸன், அதே சிதை. அதே வாசனை.

நான் பறந்து போக வேண்டும். சிட்டே. எனக்கு உன் சிறகுகளைக் கடனாகத் தருவாயா...?

சிட்டு, என் பேச்சைக் கேட்க நேரம் இல்லாமல் பறந்து போய் விட்டது.

நான், அந்த மலை உச்சிக்கு என்று போகப் போகிறேன்.?

எட்டாம் வகுப்புத் தமிழ் ஐயா சங்கர சாமியை அமிர்தாவுக்கு மிகவும் பிடிக்கும். அவள் கற்பனையை அவர் மிகவும் ரசித்துப் பாராட்டுவார். அவர் "பேஷ்" சொல்வதற்காகவே மிகவும் சிரத்தை எடுத்துக்கொண்டு அமிர்தா கட்டுரை எழுதுவாள். ஒருமுறை "எனக்குப் பிடித்தது" என்று தலைப்பில் அவள் மலை பற்றி எழுதி இருந்தாள்.

"மலை எனக்குப் பிடிக்கும். அது, தரையிலிருந்து திடீரென்று புறப்பட்டு மேல் கிளம்பி நிற்கும். தன் சிறகை அகலமாக விரித்துக்கொண்டு நிற்கிற கருடப்பட்சி மாதிரி இருக்கும் மலை. தூரத்தில் இருந்து பார்க்கும்போது, கறுப்பாக இருட்டைப் பிசைந்து செய்த கல் மரம் மாதிரி தோணும். அதன் மேல், மிதித்து நான் மேல் ஏற வேண்டும். அதன் உச்சிக்குப் போகும் நாள் எப்படி இருக்கும்? எருமை மாட்டில், நிம்மதியாக லட்சுமிப்பாட்டி மாதிரி உட்கார்ந்துகொண்டு பயணம் போகும் மஞ்சள் குருவி மாதிரி நான் இருப்பேன். எனக்கு ஆறு, கடல் பிடிக்காது. அது படுத்துக் கிடக்கிறது. மலை, எழுந்து எப்போதும் சுறுசுறுப்பாய் நிற்கிறது.

அமிர்தா எழுதியதைச் சங்கரசாமி சார் வகுப்பில் படித்துக் காட்டினார். வகுப்பே இவளைப் பார்த்தது. பெருமையாகவும் இருந்தது. கூச்சமாகவும் இருந்தது. அடுத்த இரண்டாம் நாளே, தமிழ் சார், நீல அட்டை போட்ட டைரி ஒன்றை அவளுக்குப் பரிசாகத் தந்தார்.

"அமிர்த சரஸ்வதி எழுது, இதுல. உனக்கு மனசுல தோணுவதை எல்லாம் எழுது" என்று அவர் சொன்னார்.

அமிர்தா, பத்தாம் வகுப்பு படிக்கும் போதுதான் மலையை நேரில் பார்க்கும் வாய்ப்பு கிடைத்தது. பத்து "ஆ" வகுப்பு மாணவ, மாணவிகள், முப்பது மைல் தூரத்திலிருக்கும் சிம்ம மலைக்கு "எக்ஸ்கர்ஷன்" போனார்கள். அவள் பங்குக்குப் பதினைந்து ரூபாய் கொடுக்கும் படி ஆயிற்று. சந்தோஷமான செலவு. பஸ்ஸில் மலை ஏறும்போது பிரமிப்பாக இருந்தது. "திக் திக்"கென்று அடித்துக்கொண்டது. மூச்சு வேகம் வேகமாக வெளிப்பட்டது. போகும் வழியில், அதுவரை அவள் பார்க்காத பறவைகளையெல்லாம் அவள் பார்க்க நேர்ந்தது. நீலமும் சிவப்பும் கலந்த உடம்புகொண்ட பறவை. ஒன்று புரிந்தது. பறவைகள், சமதளத்தைக் காட்டிலும் மலைப்பாங்கான இடங்களையே விரும்பி வசிக்கத் தேர்ந்தெடுக்கின்றன என்பது. போகும் வழியில், சமண முனிவர்கள் தங்கி வாழ்ந்து படுத்த இடங்களை தமிழ் சார் காட்டினார். பறவைகள் மட்டுமல்ல, முனிவர்களுக்கும் மலைதான் பிடித்த இடம். ஓகோ, அப்புறம், பெரிய பெரிய பெயர் தெரியாத மரங்கள், மேகத்தை ஒட்டடை அடித்து வானத்தைச் சுத்தம் செய்யும் மரங்கள், அவளுக்குத் திடுமென மரங்கள் பிடித்துப் போயின. அவை மேல் நோக்கி, மலையைப்போலவே வளர்கின்றன. தரையை இலக்கு வைத்துப் படரும் கொடிகள் அல்ல அவை. பூசணிக் கொடி அல்ல, பூர்க்கு அல்ல, மரங்கள் அவள் பட்டியல். நீண்டது. பறவை, முனிவர், மரம் மற்றும் அமிர்தா.

கொண்டு வந்ததை எல்லோரும் சாப்பிட்டார்கள். அத்தை, எலுமிச்சை சாதம், உருளை வறுவல், பண்ணிக் கொடுத்தாள். மஞ்சள் சோறும், கரும்பழுப்புப் பருப்பும், சாதத்துக்கே அழகு பண்ணின. என்ன அழகான வண்ணக்கலவை. உணவு, வண்ணமயமாய் இருக்க வேணும். நல்லெண்ணெயில் மினுங்கிய சாதம், ஆயில் பெயிண்டிங். அதற்கு இசைவாக சிவப்பும் கருமையும் கலந்து வறுவல். உண்டு முடிந்து, அருவி நீரைப் குடிப்பது, பரமசுகம். அவள் சற்று தூரம் நடந்து வரக் கிளம்பினாள். கண்ணாடிக் கோமதியும் கலந்துகொண்டாள். அவர்கள் செடி, மரம் பாறைகளைப் பார்த்தபடி நடந்தார்கள். ஓரிடத்தில் பாறையின் சரிவில் மல்லிகை பூத்திருந்தது. மல்லிகையின் வாசனை, காற்றில், சுருள் முடி மாதிரி சுருண்டு சுருண்டு காற்றை நிறைத்துக்கொண்டிருந்தது.

“டீ... மல்லிகைப் பூவுடி” என்று கோமதி எகிறிக் குதித்தாள்.

அமிர்தா கொடியின் அருகில் சென்றாள். பாறையின் இறக்கத்தில் பெரும்பரப்பில் தழைத்திருந்தது கொடி. இறக்கத்தில் இருந்த நுணா மரத்தை ஒரு கையால் பிடித்தபடி எட்டிக் கொடியைப் பிடிக்க முயன்றாள்.

“டீ அமிர்தா... பார்த்து ஜாக்கிரதை” என்று கத்தினாள் கோமதி.

அமிர்தா, கொடியின் ஒரு பகுதியைப் பிடிப்பதில் வெற்றி கண்டாள். ஒரு கையில் கொடியைப் பிடித்து இழுக்கும் அவள் கவனத்தைப் பாறையின் சரிவிறக்கத்தில் நிகழ்ந்த ஒன்று கவர்ந்தது. நிலை குத்தி நின்றாள். ஆணும் பெண்ணும் இருவர். சுற்றுப்புறத்தை அறவே மறந்து இரு உடல்களும் முயக்கத்தில் இருந்தன. கல்லில் பதிந்திருந்த அவள் பாதங்கள் வெலவெலத்துத் தழைத்தன. காற்றில் மிதந்தது அவள் உடல்.

“என்னடி, என்ன ஆச்சு?” என்று கோமதி தவித்தாள்.

கொடியை நழுவவிட்டுத் திரும்பினாள் கோமதி.

“ஏன்டி?” என்று கோமதி கேட்டதற்கு, அவள் பதில் சொல்லவில்லை.

“பெண், காணாமல் போய் மூணு நாளாச்சு. இன்னும் இப்படி சும்மா இருந்தா எப்படி?” என்றார் முன்னாள் எச். எம். கிருஷ்ணபிள்ளை.

“நான் என்ன பண்ணட்டும் எச். எம். சார்? அவள் என்ன குழந்தையா? யாரும் அவளைக் கடத்திவிடவில்லை. அவளாகத்தான் போயிருக்கிறாள். அவளாகப் போனாள். அவளாக வருவாள்” என்றார் ஆராவமுது.

“இப்படிச் சொன்னா எப்படி? இத்தனை வயசு வரைக்கும் தனியாக எங்காச்சும் போயிருக்காளா, குழந்தை...? எந்த பஸ், எந்த திக்கில், போறதுன்னுகூட அவளுக்குத் தெரியாதே! அப்படிப் பொத்திப் பொத்தி அல்லவா வளர்த்திருக்கிறீர்?”

“பச்... ஒத்தைக் குழந்தை, தாயைப் பார்க்காத குழந்தை. அவளும் என்ன, நான் புத்தி சொல்லும்படியா நடந்துக்கிட்டா? இல்லையே. கற்பூரம்னா அவ. அவளை என் அம்மான்னு நினைச்சேன். எச். எம். சார் மகள்னு நினைக்கலையே...”

துண்டை வாயில் பொத்திக்கொண்டு விம்மினார் ஆராவமுது. எச். எம். மின் கண்களும் கலங்கின.

"எங்க போயிருப்பா, ஏதாவது தட்டுப்படறதா?"

"இல்லையே, என் மூளையே மரத்துப் போயிருக்கு."

எச். எம். ஆராவமுதை ஆசுவாசப்படுத்தினார். பொறுமையாகச் சொன்னார்.

"ஏன், ஆராவமுது சார்... குழந்தைக்கு ஏதாச்சும் சகவாசம் ஐமீன், லவ் அஃபேர்... அப்படி இப்படி ஏதாவது?"

கண்கள் நிலை குத்தியபடி எச். எம்.மைப் பார்த்தார் ஆராவமுது.

"அப்படியும் எதுவும் இல்லையே எச். எம். சார். குழந்தைக்கு அதுதான் சந்தோஷம்னா அவங்களைச் சேர்த்து வச்சிருப்பேனே சார். தனக்கான சந்தோஷத்தைக்கூடத் தேடிக்கொள்ளத் தெரியாத குழந்தைன்னா அவ. பெரிசு பெரிசா, நாம் எல்லாம் சிந்திக்க முடியாத பிரதேசத்துல பேசுவாளே தவிர, இது பற்றிச் சிந்திச்சாளான்னு தெரியலை. அந்த ஜன்னலைத் திறக்கவே இல்லை அவ. பாவம், நாலு மணிக்கு எழுந்து வீடு பெருக்கி கோலம் போட்டு, குளிச்சு, பலகாரம் பண்றது. அப்புறம் வாசல்லே காய்கறி வாங்கி மதியம் சமையல், அப்புறம் காஃபி, கோயில், சமையல்னு வாழ்ந்தவள். இதுக்கெல்லாம் அவளுக்கு ஏது நேரம்?"

உலவியபடி எச். எம். சொன்னார்.

"எதுக்கும் போலீஸ்ல புகார் எழுதி வைச்சா என்ன? அவாளும் தேடுவா. நமக்கும் உபகாரமா இருக்குமே... என்ன அபிப்பிராயம்?"

கூடத்தில் மாட்டியிருந்த கல்யாணக் கோலத்து அமிர்தாவைப் பார்த்தார் ஆராவமுது. கண்ணை மூடிக்கொண்டு சிறிது நேரம் அமைதி காத்தார்.

"என்னன்னு புகார் பண்றது? குழந்தை, வழி தவறிப் போய்ட்டான்னா? இல்ல, எங்க குழந்தை ஓடிப் போய்ட்டான்னா? சொன்னா, அவ சரித்திரத்தை அவாள் கேட்பா. எவனோடாவது தொடர்பு உண்டான்னு கேட்பா. சட்டம் கேட்கும். அதுக்குப் பல சந்தேகம் வரும். குடையும். புருஷன் ஏன் வரலைம்பா. புருஷன், இருக்கான்னா, இல்லையாம்பா, பேப்பர்காரா எதையும் விசாரிக்காமே, இளம் பெண் ஓட்டம்னு எழுதுவா. அப்புறம், குழந்தை, எந்த ஊர்லயாவது, ரயில்லயாவது பஸ்ஸிலயாவது

தட்டுப்பட்டாள்னா, போலீஸ் அவளை ஸ்டேஷன்லேகொண்டு வச்சு விசாரிப்பா. போலீஸ், யோக்யதை என்னமா இருக்குன்னு படிக்கறோமே. என் குழந்தைக்கு இந்த அவமானத்தை நானே தரணுமா? அது சரியா? குழந்தையோட கௌரவத்தைக் காப்பாத்தறது அல்லவா, தகப்பனார் கடமை? சொல்லுங்கோ…"

எச். எம். வருத்தம் தொனிக்கும் குரலில், "நீ சொல்றது ரொம்ப சரி" என்றார்.

ஒரு மார்கழி மாசத்தின்போது, வேதமும், மணிகண்டனும் வாத்தியாரிடம் படிக்க வந்தார்கள். சிறப்புத் தமிழில், இருவருமே சொல்லி வைத்துக்கொண்டு ஃபெயிலானார்கள்.

"படிக்கலாம், பாடம்தானே? பாஸ் பண்ணுகிற அளவுக்குப் படிக்க ஒரு கிழமைபோதும்பா. தமிழ், பாடப் புத்தகத்துக்கு வெளியே இருக்கு. வெளியே இருந்து உள்ளே வாருங்கள். புகுங்கள். அதுதான் படிப்பு. அதுதான் ஆன்மிகம். முதல்லே, ஆண்டாளை மனசுக்குள்ளே வணங்கிக் கொள்ளுங்கோ. அவளும் நமக்குத் தாய்தான். ஏன்னா, இது அவ மாசம். கிருஷ்ணனுக்கும் இதுதான் மாசம். எங்கே சொல்லுங்கோள்… மார்கழித் திங்கள் மதி நிறைந்த நன்னாளால்…"

வாத்தியார் தொடங்கி விட்டார். அன்றே அப்போதே. நல்ல நாள் பார்க்க வேண்டாமா என்று கேட்டதற்கு, எது நல்ல நாள் இல்லை என்றார் அவர். என்ன சம்பளம் என்றதற்கு, அது பகவான் கொடுக்கிறான். நீங்கள் அதற்கு அதிகாரி அல்ல என்றார். மனிதப் பிழைகள் ஆயிரம். அதுவே முதல் பிழை எதுன்னு பட்டிணத்து அடிகள் சொல்றார். கல்லாப்பிழை… படிக்காதது. சதா படிக்காதது. அன்றாடம், அனவரதமும் படிக்காததுதான் முதல் பிழையாம். நமக்குச் சொல்றார் அவர். படியுங்கோள். குப்பைகளையெல்லாம் வெளியே கொட்டிவிட்டுப் படியுங்கோள் என்றார்.

"இது மார்கழி மாசம்டா. முதல் மாதம். அதோட பௌர்ணமி. சந்திரன் ஜொலிக்கிறது. ஐயோ, அதை வீணாக்கிண்டு, ஜனங்கள் உறங்கிறாங்களே… அல்பம்… எழுந்திரு… நீராடுவோம். கிருஷ்ண அருள் பிரவாகத்துல படிவோம். படிந்து ஸ்நானம் பண்ணுவோம். ஞான ஸ்நானம்டா. ஆயர்பாடிப் பெண்களே, எழுந்திருந்து வாங்கோ… கிருஷ்ண பகவான் யார் தெரியாதா? நந்த கோபாலன் பையன். எப்படிப்பட்ட நந்தன் அவன்? கூர்மையான வேலைக்

கையிலே வைச்சிருக்கான், ஐயோ... புல் தரையைக்கூட மிதிக்கப் பயப்படுகிற பரமசாது. அவனா கொடுந்தொழில் பண்றான்? இல்லை. அசத்தே! குழந்தைக் கண்ணுக்கு ஈ, எறும்பு மொய்க்க விடாதபடிக்கு, வேலைக் கையிலே எடுத்தவன். இது பகவான் சேவை. தப்பில்லை. அப்புறம், அந்தப் பயல் கண்ணனோட அம்மா யார்? கண்ணழகி... என்னத்தினாலே, அவள் கண் அழகாச்சு? அழகையே பெத்து, வளத்துண்டு, எந்த நேரமும் அழகையே பார்த்துண்டு இருந்தா, பார்க்கிற கண்கள் அழகா ஆகுமா, ஆகாதோ, ?"

சலக் சலக் என்ற மெட்டிச் சத்தம் அமைதிக்குச் சுருதி சேர்த்தது. கரிய அடுப்பறையிலிருந்து அமிர்தா ஒரு தட்டில் மூன்று டம்ளர்களில் காஃபிகொண்டு வந்து அவர்கள் முன்னால் வைத்து அகன்றாள். அகல் விளக்குச் சுடர், ஆள் உயரம் வளர்ந்து, நடந்து வந்து மூலத்தில் கரைந்து போனதாக வேதத்துக்குத் தோன்றியது. அந்த நிமிஷம், அவள், அவன் மனத்தில் புகுந்து கதவைத் தாழிட்டுக்கொண்டாள். காலை வேளைகளில், குளித்த கூந்தலை உலர்த்தியபடி முற்றத்தில் நிற்பாள். வீடு முழுக்கக் கற்பூர வாசனை பரவியதாக அவனுக்குத் தோன்றியது.

"உக்காருங்க... அப்பா பூஜை அறையில் இருக்காங்க"

சிரித்த முகம். சிரிக்காமல் அவளால் பேச முடியாது என்பதாக இருக்கும். சொல்வாள், அடுத்தகணம், தனக்குள் புகுந்து கொள்வாள். பார்வையை எங்கோ, அப்பாலுக்கு அப்பால் செலுத்திவிட்டு நிற்பாள். உலகம், ஊர், தெரு வீடு, தெருவில் போகும் கீரைக்காரி, வேலியில் மேயும் மாடு, "கிணிங் கிணிங்" என்று மணி அடித்துக்கொண்டு விரையும் பள்ளிப் பையன்கள் எதுவும் அவள் கவனத்தில் பதியாது ஏன்? வேதம் ஆச்சரியப்படுவான். இவன் பேசினால் உடன் அவள் பேசுவாள். இயல்பாகப் பதில் உரைப்பாள். அவளாக எதுவும் பேசினாளா என்றால் இல்லை.

வேதத்துக்கு உறக்கம் வர மறுத்தது. புத்தகத்துள் வைக்கப் பட்ட மயிலிறகுபோல, அவள் நினைவு அவனுக்குள் பதிந்து போனது. மணிகண்டன், கடிதம் கொடேன் என்றான். பத்து நாள் அவஸ்தைக்குப் பிறகு, "சரி நீயே எழுது" என்றான் வேதம். அவன் எழுதினான்.

"ன் கண்ணின் கருமணிக்குள் சிக்கிக்கொண்ட காரிகையே... என் இதயத்து துடிப்பின் சப்தம் உனக்குக் கேட்குமானால், அது

உன் கால் விரலில் இருந்து எழும் மெட்டி நாதமாகவே இருக்கும். நான் ஒரு ரோஜாவாக மாட்டேனா? உன் கூந்தலில் என்னை நீ சூடிக்கொள்ள மாட்டாயா? உன்னிடம் என் மனத்தில் உள்ளதைச் சுத்தமாகத் துடைத்துச் சொல்ல வேண்டும். நாளை, மாலை ஆஞ்சநேயர் கோயிலுக்குச் சரியாக ஆறு மணிக்கு வரவும். உன் நினைவாகவே இருக்கும்..."

ஏதோ யோசித்தான் மணிகண்டன்.

"என்ன?"

"இந்த இடத்தில் ஓர் இருதயம் வரைந்து, அதுக்குள்ளே ஓர் அம்பு நுழையணும். ரெண்டு சிவப்பு இரத்தத் துளி இருந்தா தேவலை. சிவப்பு மை பேனா வேணுமே"

"படம் நல்லா இருக்காது. அது வேணாம்"

"இது மாதிரிப் படம் போட்டுத்தான் லவ் லெட்டர் எழுதிக் கொடுத்தேன். லவ் ஓகே ஆச்சு தெரியுமா? மூர்த்தியை வேணும்னா கேளு."

வேதம் கடிதத்தைப் பிடுங்கிக்கொண்டான். கையெழுத்துப் போட்டான். ஸ்டைலாக, இங்கிலீஷில் போட்டான். மறுநாள் அமிர்தா குளியல் முடித்து, குடத்தில் தண்ணீர் முகந்து, அரசடிப் பிள்ளையாரை வணங்கி நின்று, நகர்கையில் அவள் முன் போய் நின்றான். கடிதத்தை நீட்டினான்.

"என்ன?" என்றாள் அமிர்தா.

"வீட்டுக்குப் போய்த் தனியாகப் படிச்சுப் பாரு"

"சரி" என்று கடிதத்தை வாங்கிக்கொண்டு நகர்ந்தாள் அமிர்தம், சிரிப்போடு.

அன்று வேதமும், மணிகண்டனும் வகுப்புக்குப் போகவில்லை. கடிதத்தை, அமிர்தா அப்பாவிடம் கொடுக்கமாட்டாள் என்பதுக்கு என்ன உத்தரவாதம்?

"என் வேஷ்டி, சொக்காய் எப்படி?" என்றான் வேதம்.

"பிரமாதம்... சிவாஜி மாதிரி இருக்கே" என்றான் மணிகண்டன்.

வாயில் வேஷ்டியும் கட்டம் போட்ட சட்டையும் உடுத்தியிருந்தான். அமிர்தா, காதலிக்காமல் போக எந்தத்

சாத்தியமும் இல்லை. கிராப் வேறு. நெளி நெளியாகப் பம்மி "புஸ்" என்று இருந்தது. இருந்தாலும் மனசு கிடந்து, மழையில் நனையும் பனை மட்டி மாதிரி சத்தமாய் அடித்துக்கொண்டிருந்தது.

திடுமென நினைத்துக்கொண்டு, "அனுமார் கோயில்னு சொல்லி இருக்கப்படாது. காமாட்சி அம்மன் கோயில்னு எழுதி இருக்கலாம்" என்றான் வேதம்.

"ஏன்? அனுமார் வரப்ரசாதி, தெரிஞ்சுக்கோ."

"இருந்தாலும் பிரம்மச்சாரி. இதெல்லாம் அவருக்குப் பிடிக்குமோ என்னவோ?"

"இல்லை. தூது போன சாமி அவர். மனுஷாள் மனசு அவருக்குத் தெரியும். நம்ம பத்தாம் கிளாஸ் 'பி'யில் படிச்சாளே அபிராமி, அவ, அனுமாருக்கு வடை மாலை சாத்தி, கல்யாணம் ஆகி, அமெரிக்காவில் செட்டில் ஆயிட்டா. இல்லேன்னா, அந்த அழுக்கு மூட்டைக்கு இந்த ஜென்மத்துல கல்யாணம் நடக்குமா?"

"அதுவும் சரிதான்."

மறுநாள், வெயில் தாழும் முன்பாகவே வேதமும், மணிகண்டனும் அனுமார் கோயிலுக்குப் போய்விட்டார்கள். மடைப்பள்ளிக்கு, கட்டடம் பழுது பார்க்க மண் கொட்டியிருந்தது. வேதம், மண்ணில் உட்கார்ந்துகொண்டான். சரியாக ஆறு அடிக்க, அஞ்சு நிமிஷம் முன்பு மணி தனியாக ஆழ்வார் மண்டபத்துக்குப் போய்விட வேண்டியது என்பது திட்டம்.

ஆறே முக்காலுக்கு வந்தாள் அமிர்தா.

எப்போதும் அவனுக்குப் பிடித்த நீலத்தாவணியும் மஞ்சள் பாவாடையில் இருந்தாள். அவளைக் கண்டதும் மணிகண்டன் எழ முயன்றான். கோயிலுக்குள் நுழையும்போதே அவர்கள் இருவரையும் அமிர்தா பார்த்து விட்டிருந்தாள். மணிகண்டனிடம், "நீங்கள் இருங்கள்" என்றாள்.

மண் குவியலின் ஓர் ஓரமாக அவள் அமர்ந்தாள். அங்கிருந்து அனுமார் சந்நிதி தெரிந்தது.

அதைப் பார்த்தபடிச் சொன்னாள் அமிர்தா.

"படிச்சேன். எனக்கு இதுலே விருப்பம் இல்லை. இதுக்கெல்லாம் என்ன அர்த்தம்னு புரியலை. வேணாம்... இதுக்கும், நீங்க படிக்க வர்றதுக்கும் சம்பந்தம் இல்லை.

வழக்கம்போல படிக்க வரணும். அப்பாகூட, ஏன் வரலைன்னு கேட்டார். வாங்க...!"

அவள் சென்று, பல நிமிஷங்களுக்குப் பிறகே வேதத்துக்கு உறைத்தது.

அடுத்த நாள் இவர்கள் படிக்கப் போகும்போது வாத்தியார், "எங்கே ரெண்டு நாளாகக் காணலை...?" என்றார்.

"உடம்பு சரியில்லை" என்றான்.

"மருந்து சாப்டியோ? உடம்பைக் கவனிச்சிக்கோ. உடம்பு போனா, உயிர் போகும்பார் திருமூலர்... சரியா?"

"சரிங்க ஐயா" என்றான் வேதம்.

மெட்டிச் சங்கீதம் கேட்டது. மூன்று பேருக்கும் காஃபிகொண்டு வந்து வைத்தாள் அமிர்தம். வேதத்தைப் பார்த்துச் சினேகம் தோன்ற சிரித்தாள்.

மலை என்கிற ஆச்சர்யம், அமிர்த சரஸ்வதியின் மனசில் எப்போது வந்து உட்கார்ந்தது? சில விஷயங்கள் எத்தனை வருஷங்களுக்கு முன்னால் நடந்திருந்தாலும், மறப்பதில்லை. அவற்றில் ஒன்று அவள் முதன் முதலாகத் தாவணி போட்டுக்கொண்டு பள்ளிக்குப் போன நாள். கற்பகவல்லிக்கு இந்தப் பிரச்சினை வேறு மாதிரிச் சரிப்பட்டுப் போயிற்று. கோடை விடுமுறை விட்டுப் புது வகுப்புக்கு அவள் போகும்போது தாவணி போட்டுக்கொண்டு வந்தாள். அதனால், வினோதத்துக்கான புருவம் உயரவில்லை. அமிர்தாவுக்கு அத்தை ரூபத்தில் சிக்கல் வந்தது. ஊரிலிருந்து அத்தை மறக்காமல் பொரி விளங்காய் உருண்டையோடு வந்திருந்தாள். அத்தையின் "ஸ்பெஷல்" அது. எப்போது வந்தாலும் அத்தை அந்த உருண்டையோடுதான் வரும். வேர்க்கடலையும் சீனியும், ஏல வாசனையுடன் தித்தித்துக்கொண்டு நாக்கில் கரையும் சுகம் அலாதி. ஆனால், உடைக்க முடியாது. சுத்தியல் வைத்துத்தான் அந்த மாவுருண்டையை உடைக்க முடியும். அத்தை, அப்பாவிடம் சொல்லியது.

"குழந்தை நாளைலேந்து தாவணி போட்டுக்கொண்டு போகட்டும்"

அப்பா ஆச்சரியமாக அத்தையைப் பார்த்தார்.

"என்னக்கா குழந்தைக்குப் போயி...!"

அன்றைக்குச் சாயங்காலமே அத்தை அப்பாவை அழைத்துச் சென்று தாவணிகள் பாவாடைத் துணிகள் வாங்கி வந்தாள்.

ஆற்றுக்குப் போகும் வழியில் இருந்த வகாப் டைலரிடம் கொடுத்துத் தாவணிக்கு ஓரம் அடித்து வாங்கியாகி விட்டது.

மறுநாள் காலை, தாவணி போட்டுக்கொண்டு பள்ளிக்கூடம் போனாள் அமிர்ந்தா. ரிடையர்ட் ஆகப் போகிற கணக்கு வாத்தியார் ஜெயப்பிரகாஷ் சார்தான், முகம் முழுக்கக் குறும்பும் விஷமும் பரவி இருக்க "உம்" என்றார். கோபமாக வந்தது. அதுவரைக்கும் பெரிதாகத் தோன்றாத ஒரு சின்ன விஷயம், சாரின் பார்வை காரணமாகவே பெரிதாகி, சாரின் உறுத்தலுமாகியது. கற்பக வல்லியை இழுத்து வைத்துக்கொண்டு பேசிக் கூச்சத்தை கடக்க முயன்றாள் அமிர்தா. அன்று தமிழ் ஐயா, மலையைப் பற்றித்தான் வகுப்பெடுத்தார். பாடம் நடத்துவதற்கு முன், மாணவர்களை வகுப்பெடுத்தார். பாடம் நடத்துவதற்கு முன், மாணவர்களை வகுப்புக்கு வெளியே அழைத்துப் போய் தூரத்தில் இருந்த அந்த நரசிங்க மலையைச் சுட்டிக் காட்டினார் அவர். மலைகளின் அரசியாம் அது.

எது, எவற்றையும் விடப் பெரியதோ, அது அரசன் அல்லது அரசி. நரசிங்க மலைதான் மற்றவற்றை விடப் பெரிதாகப் "பார், என்னுடைய பெருமையை" என்று கர்வித்துத் தலையைச் சிலிர்த்துக்கொண்டு நின்றது. மற்றவை குன்றுகள். அம்மாவின் மடிக் குழந்தைகள் மாதிரி சிங்கத்தின் குட்டிகள் மாதிரி, அதன் தாளில் நின்றிருந்தன மேகம். அதன் தலையில் இளைப்பாறிச் செல்கிறது. வெந்நீரில் குளித்த உடம்பிலிருந்து மிதக்கும் ஆவியைப்போல.

தமிழ் ஐயா சொன்னார்.

"மலையும் ஆசிரியரும் ஒன்றுபோல. மலை அளக்க முடியாதது. அளவெடுத்துக் கால் சட்டை, பாவாடை தைக்க முடியாத வடிவப் பெரிசு மலை. கண்டுபிடிக்கச் சுலபம் அல்லாத பலவகைப் பொருள்களைத் தனக்குள் வைத்திருக்கிறது. பீமன், தாராசிங், கிங்காங், முகமது அலி முதலான எந்தக் சிங்கர்களாலும் அசைக்க முடியாத பலம்கொண்ட கல்யானை. ரொம்பத் தூரத்திலிருந்தும் பார்க்க முடிகிற உயர்வைக்கொண்டது. மழை பெய்யாமல் உலகமே வறட்சி அடைந்த காலத்திலும், தன்னிடத்தில் இருக்கும் சுனை நீரால், தன்னை அண்டியவர்களுக்குத் தாகம் தீர்க்கும் வள்ளல் மனம் உடையது. மலையை வாத்தியார்கள், எழுதுபவர்கள், கவிஞர்கள் முதலானவர்களுக்குப் பொருத்திப் பார்த்துக் கொள்ளுங்கள்."

வாத்தியார், அவர்களை மலையேற்றத்துக்கு அழைத்துச் சென்றார். ஆளுக்கு அஞ்சு ரூபாய்க் கட்டணம். அதில்லிமால், மதியச் சாப்பாடு கையோடு கொண்டு வந்துவிட வேண்டும். அமிர்தா, பூரி கிழங்கு வாங்கிப் பொட்டலம் கட்டிக்கொண்டாள். எஸ். ஆர் பஸ்ஸில் அவர்கள், காலை ஏழு மணிக்குப் புறப்பட்டார்கள். அவர்கள் சேர்ந்த இடம், நரசிங்க மலை அல்ல. வேறு ஒரு சின்ன மலை. அதை மலை என்று சொல்வதே பிசகு. சின்னக் குன்று. இருந்தாலும் என்ன? தழலில் குஞ் சென்றும் மூப்பென்றும் உண்டா? இல்லை. மலைப் பிரதேசம் சந்தோஷம். ஆனால், அதைப் பார்த்துவிட்டு வந்ததும், அதைப் பற்றி இரண்டு பக்கங்களுக்கு வியாசம் எழுதச் சொல்லுவதுதான் கொடுமை. உலகத்தில் மலையே இல்லாமல் போனாலும் நன்றாக இருக்கும்போல. எழுதும்போல் தோன்றும்.

நன்றாக ஞாபகம் இருக்கிறது. அது ஒரு நல்ல கோடைக்காலம். வறுத்தெடுக்கிற வெயில். கசகசவென்று வியர்வை ஊற்றும், இதைப் போய் "நல்ல" கோடை என்கிறார்களே! அன்று ஒரு மத்தியானம். மதியச் சாப்பாட்டுக் கடை முடிந்து அடுக்களையை ஒழித்துக்கொண்டிருந்தாள் அமிர்தா. அம்மியை அடுத்து, சுவருக்கும் அம்மிக்கும் இடையே விழுந்த இருள் கொத்தில் எதுவோ ஊர்ந்தது. கண்களை கூர்மையாக்கிக்கொண்டு பார்த்தாள். ஒரு குட்டிப் பாம்பு கறுப்பாக, கோடுகளுடன். அவளது அலறலில், அப்பா படுத்துக்கொண்டிருந்தவர் எழுந்து ஓடி வந்து, நிலைமையை அறிந்து பாம்பை அடித்துக் கொன்றார். அது தோட்டத்திலிருந்து வந்திருக்கும். தோட்டத்துக் கதவைச் சாத்தி வைக்க வேண்டும், தண்ணீர் போகும் துளைச் சந்தைத் துணி வைத்து மூட வேண்டும். யோசனைகள் எல்லாம் செய்து முடித்தாள். மனம், திக்திக் என்றது. பயமா? இல்லை. அருவருப்பு. நெளிகிற எல்லாமும் அருவருப்பு. உடம்பில், உரோமங்கள் நெளிவனபோல் தெரிந்தன. உடம்பு மண் வாசனை வந்தது.

"என்ன இப்படி? சாயங்காலம் மாப்பிள்ளை வீட்டுக்காரங்கள வர நேரத்தில்?"

"அது, இதுக்குத் தெரியாதேப்பா"

தமாஷை ஏற்க முடியாத நிலையில் இருந்தார் அப்பா.

"சரி, போகட்டும். வர்றவங்களுக்கு என்ன டிபன் பண்ணலாம்பா?"

“என்னத்துக்குச் சிரமம். பொண்ணா, அழகா டிரஸ் பண்ணிட்டு இரு.”

தெருவில் இலேசாக இருட்டு பரவும்போதுதான், மாப்பிள்ளை வீட்டார் வந்தார்கள்.

வாசனைப் பத்தி, மிகவும் ரம்மியமான மணத்தைத் தவழ்த்திக்கொண்டிருந்தது. அமிர்தாவுக்கு அவனிடம் நிறைய சொல்ல வேண்டி இருந்தது. தட்டில், பழங்கள், இனிப்புகள், ஃபிளாஸ்க்கில் பால் எல்லாம் கண்ணுக்கு அழகாக அடுக்கி வைக்கப்பட்டிருந்தன. பட்டுப் புடவையை மாற்றிச் சௌகர்யமான “நைட்டிக்கு” அவள் மாறியிருந்தாள்.

அமிர்தா, முதலில் அவனிடம் சொல்ல வேண்டியவை என்று மனதுக்குள் ஒரு பட்டியலே வைத்திருந்தாள். மிகப் பெரிய பட்டியல் அது. மாதாந்திரப் பல சரக்குப் பட்டியலை விடவும் பெரியது அது. முதலில் எதைச் சொல்வது. தூங்கி எழுந்ததும், “குடுகுடு” என்று தோட்டத்துக்கு ஓடி, செம்பருத்திச் செடியின் கரும்பச்சை இலைகளில் தேங்கி இருக்கும் பனிநீரைப் பார்ப்பதில் அவளுக்கு விருப்பம். கை பட்டதும் இலை, ஒரு சொட்டு வடிக்கும். நுணா மரத்திலிருந்து சிட்டுகள், தங்கள் ஆகிருதிகளுக்குப் பொருந்துகிற குரலெடுத்துக் “கூச்” இடுவதைக் கேட்க வேண்டும். சூரியனிலிருந்து வரும் வாசனை, ஏன் சூரிய வீட்டில் சாம்பிராணி போடக்கூடாது என்று விதியா? எனக்குக் காபி பிடிக்கும். தண்ணீர் கலக்காத, கறந்த பாலைக் கொதிவரப் பண்ணி, இடித்து இறக்கின டிகாக்‌ஷனைச் துக்கினிச் சர்க்கரை (சர்க்கரை சனி இல்லாமலும் கூடும்தான்) போட்டுக்கொண்டு, நுரைக்க, நாக்கு கசக்க விடி காலையில் இறங்கும் காபியைக் காபி எனலாகாது. அது அமுதம். எனக்கு இட்லி பிடிக்கும். தமிழர்களின் தேசிய உணவு. உண்மை என்ன தெரியுமா? விஜயநகரத்து ஆட்சி தமிழ்நாட்டுக்கு வரும்போதுதான் நமக்கு இட்லியும் உடன் வந்துச்சாம். நல்லதுதானே? “பொசபொச” என்று உப்பிக்கொண்டு, பஞ்சு, பஞ்சாக, விண்டால் கையோடு வருகிற, நெய்யோ, எண்ணெயோ முழுக்காட்டின இட்லியும், அப்போதான் அரைத்த தேங்காய்ச் சட்னி, ரூபாய் நாணயம் அளவுக்கு மிளகாய்ப் பொடியும் சேர்த்துக்கொண்டால், அது அழகான விடியல். எனக்கு இப்படியான காலைப் பலகாரம் பிடிக்கும். அப்புறம், அதோ வெளியே பாருங்கள். எத்தனை எத்தனைப்பட்டாம் பூச்சிகள், என்ன அற்புத வர்ணக் கலப்பு?

எந்த ஓவியன் குழைத்துப் பூசிய வண்ணக் கவிதை அது? எனக்குப் பட்டாம்பூச்சியாக ஆசை. ஆனால், நான் பூச்சியாக மாறுவேன் என்றால், இங்கே இருக்கிற தோட்டத்துச் செடிகளில் மொய்ப்பேன் என்றா நினைக்கிறீர்கள்? இல்லை. மாட்டேன். பட்டாம் பூச்சியாவேன் என்றால், மலைப் பட்டாம்பூச்சியாவேன்.

மலை என்று சொன்னேன் அல்லவா? எனக்கு மலை வெறும் கல்மேடு அல்ல. அது எனக்கு க்ஷேத்ரம். நான் போக, பார்க்க, உலவ, வாழ ஆசைப்படும் ஓரே இடம் அதுதான். நாம் இருவருமே, நாளைக் காலையில் மலைக்குப் போவோம். சிங்க மலைக்கு. நம் முதல் பயணம் அதுவாக இருக்கட்டும். எவ்வளவு சந்தோஷமாக இருக்கும் எனக்கு. என்ன சரியா?

அப்புறம, எனக்கு ஒரு, என்ன சொல்ல, கனவு என்று சொல்லலாமா? சொல்லலாம். பசுக்கள், பால் கொடுப்பவை. கொடாதவை, எங்கள் ஊர், பஸ் நிறுத்தங்களில், நிழல் கூரையின் கீழே படுத்திருக்கும். பார்த்திருக்கிறீர்களே? இல்லையா? அட கஷ்டகாலமே. இத்தனை வயசு வரைக்கும் எதைத்தான் நீங்கள் பார்த்தீர்கள்? பார்க்க வேண்டியவற்றைத் தவிர மற்றது எல்லாவற்றையும் நாம் பார்க்கிறோம். போதும். அந்த மாடுகள், அரைக்கண் மூடி, அசல் சாமியார்களைப்போல, ஏதோ உள் பயணம் போகும் யோகிகள் மாதிரி யோசித்துக்கொண்டிருக்குமே. அந்த யோசனைகள் என்னவாக இருக்கும்? உங்களுக்குத் தெரிந்தால் எனக்குச் சொல்லுங்கள். பால் இருக்கும் வரைக் கறந்துக்கொண்டு மடிச் சுரப்பு மறைந்ததும் விரட்டப்பட்ட நன்றி கெட்டத் தனத்தைப் பற்றி அவை யோசிக்குமா? அவற்றின் கனவுகளில் புல் மட்டும் வருமா? சுத்த நீர் வருமா? போஸ்டர்களையும், பிளாஸ்டிக் பைகளையும் தின்னுப் பசியாற வேண்டிய சோகங்களைச் சிந்திக்குமா? வளர்த்த வீட்டின் பாட்டி, தாத்தா, மருமகள், குழந்தைகள் பற்றியெல்லாம் நினைக்குமா? அந்த வீட்டுப் பெரியவர்கள், முதியவர் தம்மைப்போலவே தங்கள் குடும்பத்தாரை நினைத்துக்கொண்டிருப்பார்களா? எதை யோசிக்கும் இந்த மாடுகள். ஒருநாளாவது மாடுகளாக வேண்டும் நான். அதுகளைப் பற்றிப் புரிந்து கொள்ளலாமே! எனக்கொரு சினேகிதன் இருந்தான். ஐயோ இறந்த காலத்திலா சொன்னேன். இல்லை. இருக்கிறான். எங்கோ, குடும்பம், குழந்தை குட்டிகளுடன் இருப்பான். குழந்தை இல்லாவிட்டால்தான் என்ன? தனி மனிதன் குடும்பம் இல்லையா, என்ன? கீழே, இஸ்திரி போட்டுக்கொண்டு ஜீவனம் செய்கிறவன். நம் சட்டை ஜாக்கெட்

புடவைக்கு இஸ்திரி போடுகிறவன் நம் குடும்பம் இல்லையா? என்ன? அவன் பேர், ஜீவா, அவன் என் பல கதவுகளைத் திறந்து வைத்தவன், அவன் கண்கள், என் ஸ்திரீ அவயங்களில் படர்ந்து, என்னைப் பெண்ணாக, மனுக் குலத்தின் மற்றும் ஓர் இணைப்புச் சங்கிலியாக உணரச் செய்தது. எங்கள் ஊர்க்கோயில் அம்மன் கோயில் அவள் பேர் அழகிய வடிவுடை அம்மன். என்ன ஈரமான பெயர்களை வைக்கிறார்கள். நம் மூதாதையர்கள், அவள் வீட்டுக்குப் பின்னால், ஒரு மாந்தோப்பு இருக்கிறது. அந்த மாந்தோப்பில் அந்த அம்மா பிறந்தாளாம். அதனால், அவளுக்கு மாம்பழ அம்மன் என்றும் பேராம். அம்மன், பக்தர்களால் புசிக்கத் தக்கவளாகத்தானே இருக்க வேண்டும். அந்த மாமரத் தோப்புக்குள் இருந்துகொண்டு, ஜீவா, என் விரல்களை நோகாமல் பற்றி, வருடிக் கொடுத்துக்கொண்டு, என்னை நேசிக்கிறதாகச் சொன்னான். என்ன ஆச்சரியம். அப்போது, நீல வண்ணத்தில் ஒரு மீன் கொத்தி அப்படித்தான் ஞாபகம். சிவுக்கென்று என் காதுப்பக்கத்தில் பறந்துகொண்டு போனது. நான் அவனை ஏற்றுக்கொள்ளவில்லை. ஆனால், அவன் அப்படிச் சொன்னது, எனக்குப் பிடித்திருந்தது. காதல் என்பதுதான் என்ன? நாம் நேசிக்கப்படுகிறோம் என்கிற சந்தோஷம்தானே. எனக்குச் சந்தோஷம்!

"வேணாம். இது வேணாம், ஜீவா. எனக்கு அப்படிப் பழகத் தோணலை. எனக்கு அது வேண்டி இருக்கலை?"

அவனுக்கு நிச்சயம் ஏமாற்றமாகத்தான் இருக்கும். வருத்தமாகத்தான் இருக்கும். பத்திரிகையில் இப்போதெல்லாம் வந்துகொண்டிருக்கிறதே, தருமபுரியில் எனக்கு அது அதர்மபுரி என்றே தோன்றும் போராளிகளை ஓடவிட்டு முதுகில் சுட்டு வீழ்த்தித் தம்பிரபாவத்தைக் காட்டிக் கொள்கிறாராமே. ஓர் அதிகாரி அந்த வஞ்சகம்போல ஜீவாவுக்கும் தோன்றி இருக்கும். நான் அந்த ஆள் இல்லை. அவன் கோழை. நான், என் விருப்பத்தை, நேருக்கு நேராகச் சொன்னேன். என் அதிர்ஷ்டம் ஜீவா என்னைச் சரியாகப் புரிந்துகொண்டான். அவன் என்னை உண்மையாகவே நேசிக்கிறான். ஆகவே, அவன் என்னை மன்னித்தான். எங்கள் நட்பைத் தொடர்ந்தான். அந்த ஜீவாவை, உங்களுக்கு நான் அறிமுகப்படுத்திக் கொள்வதை விடவும், மனித வாழ்க்கையில் பெரிய பேறு வேறு என்னவாக இருக்க முடியும்? அதில் சகஹிருதயர்கள் வாழ்வில் எதிர்ப்படும்போது, எவ்வளவு பெரிய வரம் அது? எனக்குச் சுத்தமான நீர், இலேசான ஜில்லுடன்

பிரபஞ்சன் | 67

குடிக்கப் பிடிக்கும். எனக்கு, என் அப்பா கொடுத்த பார்க்கர் பேனா பிடிக்கும். என் பாவாடையின் ஓரம் அழுக்குப் படாமல் வைத்துக்கொள்ளப் பிடிக்கும். உள்ளாடைகள் நிறம் மாறாமல், மஞ்சள் கறை படியாமல் பாதுகாக்கப் பிடிக்கும்? பருத்திச் சேலை, பருத்தி சூரிதார், ஜரிகை இல்லாமல் அணியப் பிடிக்கும். ஆகாய வண்ணம் பிடிக்கும். வெங்காயம் கலந்த சாம்பார், பஜ்ஜி பகோடா பிடிக்கும். வத்தல் அதிலும் சுண்டை வத்தல் குழம்பு பிடிக்கும். மிதி பாகற்காய் பிடிக்கும். இரவு உறங்கப் போகும் முன்பு, பல் துலக்கவும், இளஞ்சூட்டில் குளிக்கவும் பிடிக்கும். என் கூந்தலுக்கு நெடி வராத மண எண்ணெய்ப் பூசப் பிடிக்கும். ஸ்பிரே கடுமையாக இல்லாமல் மிகமென்மையான ரகம் பிடிக்கும். என் வாசனை, உங்களை கடிக்கக்கூடாது. தழுவ வேண்டும். உடம்பின் கலப்பு, எனக்குப் பிடிக்கும். அதில் ஒரு விதிர்விதிப்பு இருக்கிறது. குறுகுறுப்பு இருக்கிறது. உடம்பை உடம்பால்தானே வெல்ல முடியும்? வெல்ல வேண்டாம். கடப்போம். கடந்து செல்வோம்...

உறவும் மலை ஏற்றமும் ஒன்றுபோல இருக்கிறது. முதலில் பிரமிப்பு, ஐயம், அச்சம், அடி அடியாக வைத்து உயர்வதில் கிளர்ச்சி, உச்சியில் கால் வைத்து உலகத்தைப் பார்க்கையில் தோன்றும் "ஹோ" என்னும் அகண்டாகாரம்; பிரபஞ்சத்தில் நான் ஓர் அலகு. கடலில் நான் ஒரு கைப்பிடி.

அவன், ஒரு மாதம் மாமனார் வீட்டில் தங்குவதாக இருந்தவன், ஏழாம் நாளில் புறப்பட்டான்.

ஏன்? என்ன? என்று பதறினார் அப்பா.

என்ன நடக்கிறது என்று புரியாமல் விழித்தாள் அமிர்தா.

புறப்படும்போது அவன் சொன்னான்.

"தப்பு நடந்து போச்சு, அமிர்தா. நான் உனக்குத் தகுதியானவன் இல்லை!"

ஏன் என்று அவன் சொல்லவில்லை.

விளாம்பழ ஓடு மாதிரி வெளுத்திருந்தது அந்தக் காலை. இத்தனை வைகறையில், அமிர்தா வருவாள் என்று எதிர்பார்க்கவில்லை ரேணு. தபாலும் போடாமல், தகவலும் கொடுக்காமல், அமிர்தா வந்து கதவைத் தட்டிக்கொண்டு உள்ளே நுழைந்தாள். மலை அடிவாரத்தில், குளிரவே செய்தது. ஸ்டவ்வை ஏற்றிக் காப்பிப் போட்டுக் கொடுத்தாள். "என்ன சங்கதி" என்ற தோழிக்கு அமிர்தா சொன்னாள்.

“ஒரு சங்கதியும் இல்லை. ஒரு காரணமும் இல்லை. காரணம் இல்லாமல், காரியம் இருக்கக்கூடாதா? மனம் உத்தரவிட்டது. வந்தேன். ரொம்ப நாளாக நரசிங்கமலையின் உச்சியைக் காண வேணும் என்கிற ஆசை அரித்துக்கொண்டே இருந்தது.”

மலையில் ஒன்றும் இல்லை. மரம், செடி கொடிகள், புழு, பூச்சிகள், பாம்புகள், சமயங்களில் சிறுத்தைகள், கழுதைப் புலிகள்கூட உலாவுவதாகக் கேள்வி என்று பயம் காட்டினாள் ரேணு.

“மலையில் மலை இருக்கு. அதுபோதும்” என்றாள் அமிர்தா. ஊர்வன, பறப்பன, விலங்குகள் எல்லாம் இருக்கத்தான் இருக்கும். உலகம், என்ன மனிதர்க்கு மட்டும் தானா சொந்தம். சொல்லப் போனால், முதல் உயிர் தொடங்கி, மக்கள், நரகர், தேவர் எல்லோர்க்கும் உலகம் சொந்தம்.

உப்புமா என்கிற நூதன பலகாரம் பண்ணினாள் ரேணு. மலை உச்சியில், ரேணு வேலை செய்யும் நிறுவனத்தின் விருந்து மாளிகை இருக்கிறது. அதன் காவலாளிக்குக் கடிதம் கொடுத்தாள். வாங்கிக்கொண்டு புறப்பட்டாள் அமிர்தா. படிகள் இருந்தன. பல இடங்களில் மண்பாதை இருந்தது. திடும் திடும் என்று மலை அருவிகள் பெரும் சத்தத்துடன் வீழ்ந்தன. நீர்வீழ்ச்சி எனலாமா?கூடாது. நீருக்கு ஏது வீழ்ச்சி?

அடி மேல் அடி வைத்து உச்சியை நோக்கி முன் ஏறினாள் அவள். அதிகம் நடமாட்டமற்ற பூமி என்பது, தாவரங்களின் சுயேச்சையான வளர்ச்சியில் தெரிந்தது. மனிதப்புழக்கம்கூடக்கூடத் தாவரங்கள், வியாபகத்தைச் சுருக்கிக் கொள்கின்றன போலும். வித்தியாசமான வாசனைகள், அவள் நாசிக்கு எட்டின. கரும்புகை தொட்டு கடுகு தாளிப்பு வரையான பௌதிக வாசனைகளை மட்டுமே பழகிய அவளுக்கு இந்த மணம், வித்தியாசமாக இருந்து புத்துணர்ச்சியைத் தந்தது. அறிமுகம் இல்லாத பறவைகள், காற்றோடும், தம்மோடும் ரகசியம் அற்றுப் பேசிக் கொள்வதைக் கேட்டாள். ஏதோ ஒரு சுற்றுப்பாதையில், மேல் ஏறும் ஜீப்பின் உறுமல் சத்தம், காதை அறுத்தது. சில குறிப்பிட்ட வகைச் பூச்செடிகளையே பார்த்துப் பரிச்சயம்கொண்ட அவள் கண்களுக்கு, பாதையின் இருபுறமும் பூத்துச் சொரிந்த பூச்செடிகள் அதிசயம் காட்டின. நின்று நிதானமாக, எல்லாவற்றையும் பார்த்து உள் வாங்கிக்கொண்டே மேல் வந்து சேர்ந்தாள். பக்கவாட்டில், சமதளத்தில் பயிர் செய்திருந்தார்கள். கற்பாறைகளின் ஊடே,

வளர்ந்து செழித்த பச்சைப் பயிர்கள், விவசாயியின் வியர்வையின் அளவைச் சொல்வதாக இருந்தது.

திடுமென அவள் முன், ஒரு பெரும் சமவெளி நீண்டது. வானத்துக்கு மிக அருகாக வந்து விட்டாற்போலத் தோன்றியது. ஒரு பாறையின் மேல் ஏறி நின்று, வானத்தைத் தொட்டு விடுகிறாற்போலக் கையை உயர்த்தினாள். தொட்டாள்.

வானம், மனசில் உள்ள மேகத்தால் ஆன தரை. வேறு என்ன? அவள் உடம்பு சிதறியது. பருண்மை, துணுக்குகளாக மாறியது. சிதறியது. அவள் அணுவானாள். காற்றில் பூந்துகள் எனக் கலந்தாள். அவளே ஆகாசமானாள்.

காவலாளி எனத் தென்பட்டவர், முதலில் அவள் பாதத்தைத்தான் பார்த்தார்.

பாதங்கள் இருந்தன. ஆகவே, மோகினிப் பிசாசு இல்லை. கொத்துச் சாவியை எடுத்து, அறைக் கதவைத் திறந்தார். எல்லா ஜன்னல்களும் அடைந்திருந்தன என்றாலும், குளிர் நடுங்கியது. அமிர்தா புடவைத் தலைப்பால் போர்த்திக்கொண்டாள்.

“ஹீட்டர் போட்டுக்குங்கோம்மா. இங்க என்ன இருக்குன்னு, இவ்வளவு தூரம் தனியா வந்தீங்களோ? காபிகொண்டாறேன். மணி, இப்பவே நாலாயிடுச்சு. சீக்கிரம் இருட்டிடும். ஏழு மணிக்கு டிபன்கொண்டாறேன். என்ன டிபன்? பெரிசா ஒன்றுமில்லை. பூரி அல்லது சப்பாத்தி. இட்லி, தோசையும் போடலாம். புளிக்காத மாவுதான். என்ன பண்ண?”

“யார் சமையல் உங்க விட்டுலயா?”

“நான்தாம்மா... நல்லா சமைப்பேன்.”

“இட்லியோ, பூரியோ, இருந்தா சரி”

தண்ணீர் பிடித்து வைத்து விட்டு அவர் அகன்றார்.

ஜன்னல் ஓரம் அமர்ந்தாள், அமிர்தா. கண்ணாடிக் கதவைச் சற்றே திறந்தாள். குபுக்கென்று சீறிக்கொண்டு வந்தது குளிர்காற்று. வாடை வடக்கிலிருந்து வந்தால்தானே வாடை? இது எங்கிருந்து வருகிறதோ? பழந்தமிழர்கள், இந்த நிலத்தைக் குறிஞ்சி என்பார்கள். நிலத்துக்குப் பெயர்கூடப் பூக்களின் பெயர்களாக வைத்த தன் மூதாதையர்களை ஒரு கணம் நினைத்துப் பரவசம் அடைந்தாள். குறிஞ்சி நிலம், காதலுக்கான இடம். காதல் கூடும்

இடம். மனிதர்கள் தங்களை ஆண் என்றும் பெண் என்றும் அடையாளம் காணும் நிலம்.

காப்பியுடன் வந்தார், காவல்காரர்.

"சீக்கிரம் சாப்பிடுங்கம்மா. ஆறிடும். குளிர் இல்லையா?"

"உக்காருங்களேன்"

அவர் நின்றார். பெயர் தேவராஜ் நாயுடு என்றார், அவள் கேட்டதுக்கு.

"தனியாகவா இருக்கீங்க?"

"ஆமாம்" என்றார். காப்பி, காப்பி மாதிரி இருந்தது. அவள் பையைத் திறந்து, இருபது ரூபாய் நோட்டு ஒன்றை எடுத்துக் கொடுத்தாள். ரொம்பவும் குனிந்து அவர் அதை வாங்கிக்கொண்டார். முகம், நன்றியில் நனைந்திருந்தது. அவள் போன்ற ஓர் இளம் பெண், இந்த அத்துவான வெளிக்கு எதைத் தேடி வந்திருக்க முடியும் என்பது அவர் கேள்வியாக இருந்தது. என்னமோ, எனக்கு இது வேண்டியிருந்தது என்று அவள் பதில் சொன்னாள். எதையானும் பார்க்க, அடைய, தேட, புரிய வேண்டியிருக்கிறது மனுஷர்களுக்கு. இல்லையா? அது உள்ளது என்று அவர் ஒப்புக்கொண்டார். அவர் குடும்பம் பற்றி அவள் கேட்டாள். அவர் தங்கு தடையின்றிச் சொன்னார். உறவுக்காரப் பெண்ணே அவர் மனைவியாக அமைந்தாள். அப்போது அவர், அரசு விடுதி ஒன்றில் வாட்ச்மேன் வேலை பார்த்து வந்தார். ஒரு குழந்தை அவர்களுக்கு. அப்போதெல்லாம் வழக்கில் இருந்த அம்மை நோயில் குழந்தை குளிர்ந்து போய் விட்டது. அப்புறம், அவர் மனைவிக்கு, வேறு ஒருவருடன் சினேகம் ஏற்பட்டு விட்டது. யாரையும் குற்றம் சொல்லத் தயார் இல்லை அவர். மனிதப் பழக்க வழக்கத்தில் எதுவும் தப்பு, பிழை, குற்றம் என்று எதுவும் இல்லை. அதோ, இதெல்லாம் காலம் காலமாக நடக்கிறதுதானே? எதுதான் புதுசு, அம்மா? உலகில் எதுவும் புதுசு இல்லை. சட்டை வேறு. உடம்பு ஒன்றுதான். அவள் சந்தோஷம் அவனிடம்தான் என்றால் யார் என்ன சொல்ல இருக்கிறது? காற்றைக் கட்டிப் போடுகிற கதைதான். அப்புறம் இவர், இங்கு வந்துவிட்டார். ஆச்சு, ஊருக்குப் போகவே இல்லை. எப்படியும் கட்டை மண்ணில் சாயும்போது, அவர் அங்குதான் அடக்கம் ஆவார் என்ன? அப்படியும் அவர்கள் சந்தோஷமாக இருந்தார்களா, என்றால் இல்லை. அந்தப் பாவி, அவளை விட்டு ஓடிப் போனான். இரண்டு குழந்தைகளுடன் கஷ்ட ஜீவனம். மாதா மாதம், சம்பளம் வாங்கிக் கொஞ்சம் அவளுக்கு அனுப்புகிறார் நாயுடு.

"எனக்கும் அவளும், அவளுக்கு நானும்தானேம்மா.?"

வெளியே இருட்டிக்கொண்டு வந்தது. இருட்டு, கதவைத் தட்டுமா? தட்டும்.

நாயுடு சென்றதும், வெந்நீரில் குளித்தாள். நடந்த அலுப்பு தரையில் தண்ணீராய் வழிந்தது. மனசை அடைத்துக்கொண்டிருந்த இருட்டு, பழஞ்சாமான்கள், பழைய கூடைகள், பழைய ஜாதிக்காய்ப் பெட்டிகள், பழைய நடைவண்டி, மரப்பாச்சி, அவன் நினைவு, அவன் போகும்போது, உனக்கு நான் தகுதியானவன் இல்லை என்று சொன்ன சொல், எல்லாம் காலடியில் வழிந்து போவதை அவள் பார்த்தாள். ஆகாய வண்ணத்து நைட்டியை எடுத்து அணிந்துக்கொண்டாள். கதவைத் திறந்துகொண்டு வெளியே வந்தாள். வாசல் விளக்கேற்றி, இருட்டு கனத்து முற்றுகை இடப்பட்டாற்போல அவளைச் சுற்றிக்கொண்டிருந்தது. அரூபங்களிலிருந்து வந்தன சப்தங்கள். இருட்டின வாசனையை அவளால் முகர முடிந்தது. வாசனை இல்லாத வாசனை அது.

உணவுடன் திரும்பினார், நாயுடு.

"என்னம்மா, இந்த குளிரில் வெளியில் நிக்கறீங்க. சளி பிடிச்சுக்கப் போகுது. உள்ளே போங்க. சாப்பிட்டுடுங்க. தூங்குங்க... ஞாபகமா, கதவைப் போட்டுக்குங்க. ஏதேனும் வேணும்னா ஒரு குரல் கொடுங்க."

பசித்தது. உப்பிய பூரிகளைப் பிட்டு உண்டாள்.

வெளியே வந்தாள்.

வானத்தில் வெளிச்ச வட்டமாக நிலா.

வெறித்தனமாக ஒளியைப் பொழிந்துகொண்டிருந்தது அந்த நிலா.

அவன் இருக்கும்போது ஒருநாள் இப்படித்தான் பைத்தியம் பிடித்தபடி காய்ந்துகொண்டிருந்தது அது. அவர்களுக்குக் கல்யாணம் ஆன சில நாட்களுக்குள் நடந்தது. அப்போது அவர்கள், மொட்டை மாடியில், ஜமக்காளம் விரித்துக் கட்டைச் சுவரில் சாய்ந்துகொண்டு அமர்ந்திருந்தார்கள்.

அவள் பாதி மூடிய விழிகள், கனவில் மிதக்க, "எனக்கு வெளிச்ச விழுதுகளைப் பிடித்துக்கொண்டு மேலே ஏற ஆசை. வானத்துக்கு, உயரத்துக்கு, நிலாவுக்கு. மேலே, மேலே இன்னும் மேலே, எல்லாவற்றக்கும் மேலே" என்றாள்.

வறுத்த வேர்க்கடலையைத் தின்றபடி அவன் சொன்னான். சொல்லும்போது சிரித்தான். சிரிப்பு, சற்று இகழ்ச்சிக் குறிப்பு தோன்ற இருந்தது.

நிலா, ஆலமரமா, விழுது விட? அதைப் பிடிச்சுக்கிட்டு மேல ஏறுவாயா? சே, என்ன சொத்தைக் கடலை. தரித்திரம், இந்தச் சொத்தைக் கடலை, வாயையே கெடுத்துடுச்சு."

அவன் பேச்சு அமிர்தாவின் காதுகளில் விழவே இல்லை. அவன் கனவின் ரப்பர் பாதையை மிதித்தபடி நடந்துகொண்டிருந்தாள்.

"எனக்கு அந்த நரசிங்க மலைக்குப் போகணும்"

அவன் பேசாமல் இருந்தான்.

"அங்கே போய் இரண்டு இரவுகளாவது தங்கணும்"

"அதைவிட ஊட்டிக்குப் போகலாமே, சாப்பாடு, தங்கும் இடம் சௌகர்யமாக இருக்கும். இப்போதெல்லாம், சிங்கமலை மாதிரி இடங்களில் பெண்கள் போவது பாதுகாப்பானதில்லை"

மனிதர்கள் எப்போதும் மோசமாக இருப்பதில்லை. ஆனால், அவன் தன் கருத்தில் பிடிவாதமாக இருந்தான். இதை அந்தப் பையனிடம் சொல்லியிருக்கலாம். மாஞ்சோலையில் வைத்துத் தன்னை நேசிப்பதாகச் சொன்னவனிடம். ஆனால், அவள் அவனை நிராகரித்து விட்டாள். அவள் படிக்கிற காலத்தில் புட்பால் வனிதாவிடம் சொல்லியிருக்கலாம். பள்ளியிலும், கல்லூரியிலும், புட்பால் சேம்பியன் என்று பெயர் வாங்கின வீராங்கனை அவள். "கட்டாயம் போகலாம்டி" என்று அழைத்து வந்து இருப்பாள். அப்போது தோணாமல் போச்சு. அப்பாவிடம் சொன்னாள் ஒருமுறை.

"சிங்கமலை... அங்க என்ன இருக்கு? சரியான ஹோட்டல் இல்லை. பாதுகாப்பு இல்லை. மிருகம் வந்தா, கேட்பார் இல்லை, அதோடு, அது டூரிஸ்ட் ஸ்பாட்டும்கூட இல்லையேம்மா" என்றார் அப்பா.

மனிதர் ஓரிடம் போக, ஏற்கெனவே மனிதர்கள் அங்கு போயிருக்க வேண்டும். யாரும், புதிய ஒற்றையடித் தடத்தையும் ஏற்படுத்தத் தயாராக இல்லை. எல்லாரும் இட்லி, நாமும் இட்லி, எல்லோரும் டாக்டர், நாமும் டாக்டர். எல்லோரும் அமெரிக்கா, நாமும் அமெரிக்கா, எல்லோரும் சதுரம் சதுரமாக

பிரபஞ்சன் | 73

வீடு கட்டுகிறார்கள். நாமும் அப்பாவிடம் வந்து பேசிய ரஷ்ய ஆராய்ச்சி மாணவி கேட்டது, சுவாரஸ்யமாக இருந்தது.

"எல்லோரும் வேறு வேறு தொழில்களை, வேறு வேறு ரசனைகள், வாழ்க்கை முறைகொண்டவர்களாக இருக்கிறார்கள். அவரவர் ரசனைக்கும் தேவைக்கும் ஏற்ப, ஏன் வீடு கட்ட மாட்டேன் என்கிறீர்கள்? சதுரம் சதுரமாக அறை வைத்துக்கொண்டு கட்டிக் கொள்கிறீர்கள். ஏன், உங்கள் வசிப்பிடம், உங்களைப் பிரதிபலிக்கிற வித்தியாசம்கொண்டதாக இல்லை. ஏன் "கார்பன் காப்பியாகவே" வாழ்ந்து சாகிறீர்கள். ஏன், பழகின தடத்தை விட்டு வெளியே வர மறுக்கிறீர்கள்?"

அப்பா சொன்னார்.

"பயம். பழகிய பேய் என்ன செய்யும் என்பது தெரியும். மரபும், பழைமையும் தருகிற பாதுகாப்பு, விட்டு வெளியேற, பறந்து திரிய நெஞ்சுரம் வேணும். வாழ்க்கையைக் கடைசிச் சொட்டுவரை குடிக்க வேண்டும் என்கிற தாகம் இருக்கிறவர்கள் அந்த மகான்கள் அவர்களுக்கு அது சரி. நாங்கள் உழவு மாடுகள், எங்கள் கனவு பல்லும், நிழலும், சிறகுகள், மாடுகளுக்கில்லை"

அப்பா சரியாகத்தான் சொன்னார். தேவை சிறகுகள்.

இற்றைத் திங்களிலும் அதே நிலவு. அதே, வெறித்தனமாகக் காய்ந்து கொண்டிருந்தது. ஒளி பொழிதல் என்ற இலக்கு மட்டுமேகொண்ட வாழ்க்கை அதனுடையது. அதில் முழுமை காணும் முயற்சி.

பூர்ணத்துவம் என்பது இதுதான் போலும்.

"வாயேன்!"

தலையை உலுக்கிக்கொண்டாள் அமிர்தா. யார் அழைத்தது. நீயா? ஆம் என்றது மௌனமாக அந்த நிலா. கதவைச் சாத்திக்கொண்டு, அவற்றின் முன் இருந்த வெளியைக் கடந்து, பாறையின் விளிம்புவரை நடந்தாள் அவள். மரங்கள் நரநரத்தன. தலைவிரித்து ஆடியது, ஒரு வளர்ந்த மரம். எருமை படுத்திருப்பது போன்று இருந்த கரிய பாறையின் மேல் ஏறி நின்றாள். கீழே கிடுகிடு என்று கீழ் நோக்கிப் பாயும் பெரும் பள்ளம்.

அவள் கையை உயர்த்தி வானத்தைத் தொட்டாள்.

தொட முடிந்தது. ஈரத்துணியைத் தொட்டாற்போலக் கை சில்லிட்டது. சாம்பிராணிப் புகைபோல, வானம் அவளைச் சூழ்ந்தது.

"வா அமிர்தா" என்று அவள் காதருகில், மனசருகில், ஆத்மாவின் உள்ளிருந்து அழைத்தது அந்தப் பழைய குரல்.

"நீதானா? முதலில் அழைத்தாயே அந்தக் குரல்தானா?"

"ஆமாம்"

"என்னால, முடியுமா? யாராவது உன்னிடம் இதற்கு முந்தி வந்திருக்கிறார்களா?"

"பலரும் முயன்றார்கள். சிலர் வென்றார்கள். வெற்றி, லட்சியப்பூர்த்தி மட்டும் அல்லவே. லட்சியம்தான் ஜெயம். அதை நோக்கி ஒற்றைக் காலடி எடுத்து வைத்தால்கூட, அதுவும் ஜெயம்தான். பற. முதலில் உன் சிறகை விரி"

திடுமென அவளுக்கு அழுகை வந்தது. அழுகை ஓயும் மட்டும் அவள் அழுது முடித்தாள். காற்று, அவள் இரவாடையைப் பேயின் கைகளைப்போலக் கலைத்தது. இரும்பால் ஆனதுபோல இருந்த அந்த உடை கனத்தது. அவள், தன் உடையைக் கழற்றி எறிந்தாள். உடம்பு, உடம்பும் அவளும் மட்டுமே அந்தக் குன்றின் உச்சியில் நின்றார்கள்.

அவள் பறந்தாள். தன் கைகளை விரித்தாள். உயரப் பறப்பதாக அவள் நினைத்தாள்.

அவள் கால்களுக்குக் கீழ் இருந்த இருண்ட பள்ளம் அவளை விழுங்கத் தொடங்கியது.

2002

அவலம்

"**ம**ரியாதைக்குரியீர், இதோ, தாங்கள் கேட்ட கோப்பு" என்ற படி, தன் இரு கைகளாலும் ஏந்தி, கோப்பைத் தன் மேல் அதிகாரியிடம் சமர்ப்பித்தான் கேசவன். விசுவாமித்திரரிடம் அவர் குழந்தையைச் சமர்பித்த மேனகை மாதிரி இருந்தான். அந்தக் கணத்தில் கேசவன், மேலதிகாரியிடம் பேசுகையில் முகத்தில் தென்பட்டாக வேண்டிய பணிவு, மரியாதை, நன்றி, அத்து அனைத்தும் பரிபூரணமாக அளவில் கலப்புண்டு, ஒரு ரோஜாப்பழம் போலவும், தாழம்பூ சற்று நீண்டு பழமாய்க் கனிந்த மாதிரியும் அவன் தன்னை வெளிக் காட்டினான். அது, அவன் போன்ற நாலாம்படிக் குமாஸ்தா, சன்னிதானங்களுக்கு முன் நடத்திக் காட்ட வேண்டிய மெய்ப்பாடு.

அதிகாரி, இடக்கையால் அதை வாங்கினார். தொப்பென்று தன்முன் போட்டுக் குனிந்தார். கோப்பு விழுந்த வேகமும், அவர் குனிந்த ஸ்திதியும் சற்றேறக் குறைய ஒரு நேரமானதால், கோப்பு கிளப்பிய காற்று, அவர் தலையில் இருந்த இரண்டே இரண்டு முடிகளையும் சற்றே அசைத்தது. வலது ஆட்காட்டி விரலால் கோப்பை அவர் புரட்டினார். குனிந்திருந்த அவரை ஒரு புதுக் கோணத்தில் கண்டான் கேசவன். நெற்றியில் இருமுனை அகலத்தை விடவும் அவரது கன்னங்கள் அகன்று இருந்ததை மிக ஆச்சரியமாகப் பார்த்தான். அதே நேரம் அதிகாரி தலை நிமிர்ந்தார்.

அவர், அடர்ந்த பூரான்போல் மேலும் கீழும் சிலப்பிக்கொண்டு நின்ற புருவத்தை உயர்த்தினார். அவன் அவரை நோக்கி, "ஐயா" என்றான்.

"இது என்ன?" என்றார், அதிகாரி.

அவன் அதீதமாக குனிந்து, அந்த இடத்தை நோக்கினான். அங்கே கோப்புதான் இருந்தது. கோப்பின்றி வேறு எதுவும் இல்லை. கோப்பு, கோப்பாகவன்றி வேறு எதுவாகவும் தோற்றமளித்து விடாதே என்கிற சம்சயம் ஏற்பட, மிகப் பணிவோடு "ஐயா" என்றான்.

"இது என்ன?" என்று முன்னர் கேட்ட அதே வினாவை, முன்னை விடவும் சற்று அழுத்தமாக வினாவினார், அதிகாரி.

கேசவன், ஒரு நாணலைப்போல மிக அதீதமான முறையில் குனிந்து அந்தக் கோப்பை அவதானித்தான். அவன் குனிந்த முறையில் அவன் மூக்கு, அதே கோப்பில் முட்டிவிடும் அபாயம் இருந்தது. கடவுள்தான் காப்பாற்றி இருக்க வேண்டும். அல்லது தினேதினே ஜாக்கெட்டில் இருந்து உருவி எடுத்து, மஞ்சள், மசாலை, வியர்வை மணக்கும் அவள் கண்களில் ஒற்றிக் கொள்ளும் நசநசத்த தாலிக் கயிற்றின் பாக்கியமாகவும் இருக்கலாம். அவ்வாறு அவனது குமாஸ்தா மூக்கு, கோப்பில் முட்டி எந்த விபரிதத்தையும் விளைவித்து விடவில்லை.

அது கோப்பு, கோப்பன்றி வேறு இல்லை. காப்போ, பாம்போ, பீடித் துண்டோ எதுவும் இல்லை. அவ்வாறெல்லாம் கோப்பு புது ஜனனம் எடுத்ததாக அவன் கண்கள் ருசு செய்யவில்லை. ஒரு குழந்தை மல்லாக்கப் பிரிந்து காலை விரித்துக் கிடப்பதுபோல கோப்பு, மிக யதார்த்தமாகப் படுத்துக் கிடந்தது. திடுமென அவனுக்குச் சிரிப்பு வந்தது. அதிகாரியானால் என்ன, அவருக்கும் தமாஷ் பண்ணுகிற மனநிலை இல்லாமலா போகும்..? தன் மேலதிகாரி தன்னிடம் தமாஷ் பண்ணுகிறார் என்று நினைத்துக்கொண்டான் கேசவன். தமாஷ் பண்ணுகிற அளவுக்கு அப்பேர்க் கொத்த மனுஷர் தம் அளவுக்கு இறங்கி வருவார், வந்து விட்டார் என்கிற நினைவே, அவன் உள்ளத்தைக் கிளர்த்தி, சந்தோஷத் திக்குமுக்காடலைச் செய்து, தத்தளிக்க வைத்து விட்டது. அந்த க்ஷண மனநிலை தந்த தீவிரத்தால், சற்றே பல் தெரியாமல் இதழ்களை மட்டுமே அனுமதிக்கப்பட்ட அளவுக்கு விரித்து சிரித்துக்கொண்டு, "ஐயா" என்றான், பரவசத்தோடு.

"இது என்ன, சொல்" என்றார் அதிகாரி.

திடுமென கேசவனுக்குப் பள்ளிக்கூடம் நினைவு வந்தது. இரண்டாம் வகுப்பின் ஞாபகம். ஆசிரியர் பிரம்பின் முனையால் சுட்டி, "இது என்ன, சொல்" என்கிறார். என்றதும், "இது ஒரு

பிரபஞ்சன்

கதவு" என்று அவன் சொன்னது என்ன காரணத்தாலோ பிரக்ஞைக்குத் தோன்ற, "இது ஒரு கோப்பு" என்றான்.

அதிகாரியின் கண்கள் விரிந்தன. கண்ணாடிக் கதவுக்கு உள்ளே வெள்ளை விழிகள், நடுவில் கோலிக் குண்டு மாதிரிக் கண்கள். செவ்வரி படர்ந்த கண்கள், நல்ல உயர் ரக பிரேம். பொன்னால் ஆனதாக இருக்க வேண்டும். எப்படியும் இன்னி தேதியில் பத்தாயிரம் பெறும். அதிகாரியின் கண்கள் நிலைகுத்தியதும், பயமும் கிளர்ச்சியும் தோன்ற, அவனை அறியாமலேயே கையைக் கட்டிக்கொண்டு பழைய வகுப்பு தோரணையில், "திஸ் ஈஸ் ஏ ஃபைல்" என்றான்.

"முட்டாள், முட்டாளே நான் கேட்டது இந்தக் கோப்பையா?" என்றார் அதிகாரி. அவன் முட்டி தனியாகக் கழன்றது எனத் தோன்ற, அவன் உடம்பு கிடுகிடு என்று ஆடியது. 'அதிகாரி பள்ளிக்கூடமாகத் தொடங்கி, பின் வேறு சில காரணங்களால், மனநோய் மருத்துவமனையாகத் திரிந்த கூட்டம் தொடர்பான கோப்புதான் அது'

"ஐயா அவர்கள் கேட்ட மன்னிக்கவும் உத்தரவு போட்ட கோப்புதான் அது" என்றான் கேசவன். இப்படியான பதில், ஒரு தர்மாவேசத்தில் இருந்துதான் வரும். அவர் காலால் இட்ட வேலையை தலையால் செய்து முடித்த கர்மவீரன், என்னத்துக்கு அச்சம் கொள்வதாம்? தவிரவும் இது ஓர் அதிகாரி, அதிகாரி என்கிற ஹோதாவில், இடைநிலை குமாஸ்தாவுக்கு வைக்கிற பரீட்சையாக ஏன் இருக்கக்கூடாது. அவனது தெளிவுக்கு, தீர்க்கத்துக்கு வைக்கப்பட்ட பரீட்சை. எனவே இதை அவன் கணித்தான்.

"ஐயன்மீர், இது தாங்கள் உத்தரவிட்ட அடியேனுக்கு உத்தரவு போட்ட அதே "பள்ளிக்கூடமாகத்" தொடங்கி பின் வேறு சில காரணங்களால்"

"சட்" என்றார் அதிகாரி சலிப்போடு, மிகுந்த சலிப்போடு.

குனிந்த தலையை தன் தூய்மையான அகன்ற கைகளால் தடவிக் கொடுத்தார். கறை படியாத வெண்ணெய்க் கரம். உருண்டை உருண்டையாக வாளிப்பான விரல்கள். ரோஜாத் துணுக்கு மாதிரி அழுக்குக் கீறல் அற்ற நகம். அப்படியே கண்களை மூடி ஒரு கணம் இருந்தார். கண்ணை மூடியதும் கண்ணுக்குள் என்ன வரும்? இருட்டு! நிறம் குழம்பிய வர்ண மத்தாப்பு...

அவர் கண்களைத் திறந்து, தன் வலது கையால் அந்தக் கோப்பை எடுத்து அவன் முகத்துக்கு நேராக வீசினார். கோழி இறகுகள் வானத்தில் இருந்து மெல்ல மெல்ல அங்கும் இங்கும் இடித்துக்கொண்டு அலுப்புண்டு மண்ணுக்கு வருவதுபோல, காகிதங்கள் திக்குகள் தோறும் துழாவிப் பறந்து தரையில் அழகிய சிவப்பு விரிப்பில் கவிந்து நிலைத்தன.

அடுத்து, அவன் செய்ய வேண்டிய கருமத்தில் மிகத் தெளிவாக இருந்தான் கேசவன். பேன்ட்டைச் சுருக்கிக்கொண்டு, தரையில் மண்டியிட்டு காகிதங்களைப் பொறுக்கத் தொடங்கினான். சோபாவுக்குக் கீழே ஆள் உயர மின் விசிறிக்குக் கீழே மேசையின் கீழே அதிகாரியின் ஷூக்கள் அணிந்திருந்த பாதத்துக்கு மிக அருகே ஒவ்வொன்றாகப் பொறுக்கிச் சேர்த்தான்.

மாட்டு லாடம்போலவும், மாதாக் கோயில் வாசல் வளைவு போலும் இருந்த மேசையின் நடுவந்தாரத்துப் பிளவில் அவன் மண்டி இட்டு அமர்ந்து, காகிதம் பொறுக்க எத்தனித்த அந்தக் கணத்தில், உண்மையில் கேசவன் திடுக்கிட்டுத்தான் போனான். அதிர்ச்சியில், ஒரு கங்காருக் குட்டி போன்று ஸ்திதியில் அமர்ந்து அந்தக் கறுத்த, பளபளத்த, ஷூக்களையே வைத்த கண் வாங்காமல் பார்த்தான். இப்படியும் ஒரு பிரகாசம், கேவலம் காலில் அணியும் ஒரு பொருளுக்கு இருக்க முடியும் என்பது அவன் யோசனையாகியது. இது போன்ற வெகு சுத்தஞ் சுத்தமான ஒரு பொக்கிஷத்தை காலில் போட்டுக்கொண்டு நடக்க எவ்வாறு மனம் வந்தது இந்த அதிகாரிக்கு என்கிற ஆச்சரியம் மேலோங்க, சுபாவத்தில் கலந்து போன பணிவு, “சே, ஐயாவைப் பற்றி அவ்விதமாக எல்லாம் நினைக்கக்கூடாது” என்கிற விழிப்பு வர, இப்படியாக் கொத்த காலணிகளை அணிந்து, குண்டூசி முனைத் தூசும் அழுக்கும் இன்றி அவைகளைப் பயன் கொள்ளும், அவருடைய நேர்த்தியை நினைத்து மனசுக்குள் மெச்சிக்கொண்டான்.

காகிதத்தின் ஒரு முனைப் பகுதி, அவருடைய காலணிகளின் ஒன்றின் மேல் முனை மடங்கிக் கிடந்தது. அது மடங்கிக்கொண்ட விதம், வெகு தமாஷாக இருந்தது. தாளின் ஒரு முனை தேள் கொடுக்குபோலவும், வறட்டியின் உடைந்த பகுதியைப்போலவும் துருத்தி இருக்க, அந்த முனைப் பகுதியைக் கட்டை, ஆள்காட்டி விரல்களைச் சேர்த்து, சின்முத்திரைபோலவும், பொடிச் சிட்டிகை எடுப்பது மாதிரியும் பண்ணிக்கொண்டு தாளின் முனையைப்

பற்றி எடுத்தான். அவ்வாறு எடுக்கையில், இரண்டு லட்சியங்களை அவன் கொண்டிருந்தான். ஒன்று, எந்த வகையிலும், தன் விரல், அந்தக் காலணிகள் மேல் பட்டு, அவை அழுக்காகி விடக்கூடாது. அதைவிடவும் முக்கியம், தான் ஐயாவைத் தொடுகிறோம் என்று அவர் அறிந்துவிடக்கூடாது. அது வரம்பு மீறல், அத்தழிப்பு, இரண்டு இலட்சியங்களையும் அவன் நிறைவேற்றி முடித்த தருணம், ஐயாவிடம் இருந்து அசைவொன்று எழுந்தது.

"அங்கே என்ன பண்ணுகிறாய்?"

அகல விரித்திருந்த தன் கால்களை மடக்கிக்கொண்டார் ஐயா.

"மனுஷன், மகா கூச்சக்காரன்" என்று நினைத்தான் கேசவன்.

"தாள் பொறிக்கிச் சேர்க்கிறேன், ஐயா" என்றான்.

"சீக்கிரம் தொலை. நான் கேட்டதைக் கொண்டு வா, புழுத்த முண்டமே" என்றார் ஐயா.

கேசவன், கோப்பை மார்போடு அணைத்துக்கொண்டு வெளியே வந்தான்.

"ஐயா என்ன சொன்னார்?" என்று கேசவனின் சகா ஒருத்தன் கேட்டான். அலுவலகத்தனி மேசை நாற்காலியுடன் பிரிவோ, பிளவோ படாதவர்களாக அமர்ந்திருந்த மற்றும் சில சகாக்கள் அவனை ஏறிட்டுத் தங்கள் காதுகளை மட்டும் அவன் பக்கமாகக் குவித்தனர்.

"புழுத்த முண்டம்" என்றான் கேசவன் சிரித்தபடி. பல் தெரியும் படிக்கு அவன் சிரித்தான். எல்லோரும் பல் தெரியும் படி, ஆனால் சப்தம் எழாமல் சிரித்தார்கள்.

"என்ன பிரச்சினை?" என்றான் சகா.

"அவர் கேட்ட கோப்பு இது இல்லை என்கிறார். பள்ளிக்கூடமாகத் தொடங்கி, பிறகு மனநோய்…"

"இந்த வகையில் மேலும் சில கோப்புகள் நம்மிடம் இருக்கின்றனவே, அதில் ஒன்றுதான் பள்ளிக்கூடம் மனநோய் விடுதி கோப்பு. மற்றுமொரு கோப்பு அதன் பெயர் மனநோய் மருத்துவமனையாகத் தொடங்கி, மன்றமாக மக்கள் மன்றமாக மாற்றப்பட்ட கட்டடம் தொடர்பான கோப்பாக இருக்குமோ…"

"மிகச் சரி ரெண்டாவதாகச் சொன்னதுதான்."

"அது எப்படி அவ்வளவு சரியாக நிர்ணயிக்கிறாய்?"

"முதல் கோப்பு இல்லை என்றால் இரண்டாவதாகத்தானே இருக்க முடியும்"

இருவரும் கோப்பு அறைக்குள் நுழைந்தார்கள். அந்த அறைக்கு மின்விளக்கு இல்லை, இருவருமே கண்களையே விளக்காக விரித்துக்கொண்டு கோப்பைத் தேடலானார்கள்.

கேசவன், ஆற்றங்கரை வழியாக வீடு திரும்பிக்கொண்டிருந்தான். ஆற்றில் தண்ணீர் ஒரு காலத்தில் இருந்ததாக அவனுக்கு ஞாபகம் இருந்தது. மாலையில், கரையில் திரேக சுத்தி பண்ணிக்கொண்ட ஞாபகம்கூட வருகிறது. அதுக்கும் இப்போது தண்ணீர் இல்லைதான். மதகுச் சுவர்களில் வறட்டி, வட்ட வட்டமாக தின்ன முடியாத கேழ்வரகு அடை. அடையை நினைத்ததும் பசிக்குது ஐயாவுக்கு. இரண்டாவது கோப்பு கிடைத்ததில் மகிழ்ச்சி. அந்த மகிழ்ச்சியின் வெளிப்பாடாக, "ஜாக்கிரதை தொலைத்துப் போடுவேன்" என்றார். கேசவன், சிரித்துக்கொண்டான். பலமாகச் சிரித்தான். அவன் சிரிப்பு, மதில் சுவரை, காய்ந்த புளி மரத்தை அனாதையாகத் திரிந்துக்கொண்டிருக்கும் கோயில் மாட்டை மோதி அவனிடமே திரும்பி வந்தது. இருட்டு, அவன் முகம் தொடங்கி, உலகம் யாவையும் நிறைத்துக்கொண்டிருந்தது. ஆகவே அவன் சிரிக்கலாம். அவனை யாரும் எதுவும் செய்துவிட முடியாது.

"என்னை எவனும் அசைக்கவும் முடியாது, ஆட்டவும் முடியாது" என்றான் சத்தமாக. சட்டென்று ஒரு விசாரம், என்ன ஆயிற்று இந்த உலகத்துக்கு? கேவலம் சாராயத்துக்கு வந்த விலையேற்றம்? அதுவும் அந்தக் காலத்தில் எல்லாம் கொஞ்சம் காசில் சாராயம், உருளைக்கிழங்குப் பொரியல், விரும்பினால், சுறா புட்டு, இல்லை தலைக்கறி, இருக்கவே இருக்கு இரத்தப் பொரியல், எத்தனை வகை உல்லாசம். எத்தனை வகை தட்டுச் சொர்க்கம்? எல்லாம் போனது. உப்புச் சாரம் இழந்தால், எதனால் இட்டு நிரப்பலாம்? சாராயம் போனால், எதனால் இட்டு நிரப்புவது. முழுசாக, வெள்ளிப் பத்தை மாதிரி பத்து ரூபாய் கொடுத்தும் போதை இல்லை, தலை கிறுகிறுக்க வேண்டாமா? சுத்தி திருகி அடிக்க வேண்டாமா? சர்ரென்று, பாம்பு விஷம் மாதிரி ஜிவ்வென்று மேலே ஏற வேண்டாமா?

கேசவன் கோபம் கொண்டான். சாப்பிட்ட, பட்டை அதை விற்ற கடை முதலாளி, முதலாளியின் மனைவி மற்றும் மகள், அவனது பாட்டி, ஏழேழு தலைமுறைப் பெண்கள் அத்தனை பேரோடும் வார்த்தையால் படுத்து எழுந்தான்.

சட்டென்று, யாரோ அவனைத் தடுத்து நிறுத்தினாற்போல பின்னால் விழுந்தான். தடுத்து நிறுத்திய அந்த சக்தி எது என்பதை அவதானித்தான். மத்திய அரசு கிடங்குகளின் சுற்று மதிலில் மோதிக்கொண்டு அவன் விழுந்திருந்தான். பிரமாண்டமான மதில் அது. அத்தோடு இரும்பாலும் கல்லாலும் மண்ணாலும் ஆன கெட்டிப் பொருள் அது. ஆகவே, அந்த மதிலில் பெண்டாட்டியோடும், மகளோடும், தன்னை இணைத்து வசை பொழிந்தான். திடுமென்று ஏதோ அசைய, மனிதர்களோ என்று பயந்த விஷயம் அப்படியொன்றும் விபரீதம் அல்லவென்று, அந்தப் புது மனிதருக்கு நிரூபிப்பான் வேண்டி, அந்தக் கணத்தில் மனதில் தோன்றின பாடல் ஒன்றைப் பாடினான்.

"பூந்தோட்டக் காவல்காரா... பூப்பறிக்க இத்தனை நாளா... மாந்தோப்புக் காவல்காரா... மாம்பழத்தை மறந்து விட்டாயா..."

பாடியதாக நினைத்து, நிதானித்தான். குத்துச்செடி இருளில் இருந்து கன்னங்கரேலென்று பன்றி ஒன்று உருண்டு ஓடியது.

வீட்டுத் தெருமுனைத் திரும்பினான் கேசவன். தெருவின், நட்ட நடுவாக, சின்னஞ் சிறிய அம்மன் கோயில். அதைத் தாண்டி மிகக் கூர்மையாக, தன் வீட்டை நிதானித்தான்.

வாசலில், கதவைப் படுக்க வைத்தது மாதிரி, வெளிச்சம் தெருவில் விழுந்து கிடந்தது. அருகில் நெருங்கினான். அவன் மனைவி திண்ணைச் சுவரில் சாய்ந்து அமர்ந்திருந்தாள். திண்ணையில் காலைத் தொங்க விட்டுக்கொண்டு, அவனுடைய நாலு வயசுப் பையன் அமர்ந்திருந்தான். அவர்களுக்கு எதிரே, எதிர் வீட்டுக்காரியும், அவன் உறவுக்காரியுமான ஒருத்தியோடு, அவன் மனைவி பேசிக்கொண்டிருந்தாள். சிரிப்பு, காற்று மேல் கூரையைத் தூக்கும் படி வீசியது. அவன் படி ஏறினான்.

"தண்ணி வண்டி வந்தாச்சு" என்றாள், உறவுக்காரி. எல்லோரும் பொதுவாகச் சிரித்தார்கள். அவனும் சிரித்துக்கொண்டான். உள்ளே போய், கசகசத்த பேன்ட்டைக் கழற்றிப் போட்டு விட்டு, கைலியைச் சுற்றிக்கொண்டான். நாலு போர்ஷனுக்கும்

பொதுவான குளியல் அறைக்குள் நுழைந்தான். சடாரென்று, அதைத் திறந்துகொண்டு வெளியே வந்தான்.

"ஏ... உன்னைத்தானே..." என்று இரைந்தான்.

"என்ன" என்றபடி, வாசலில் இருந்து எழுந்து உள்ளே வந்தாள். தெருவாசலில் இருந்து கோவணம் மாதிரி நீண்ட குளியல் அறையை நோக்கிச் சென்றது அந்தப் பாதை. அந்தப் பாதையில் நீளமாக நடந்து வந்தவளை நோக்கி "பாத்ரூமில் தண்ணி இல்லையே" என்றான்.

"ஆமாம், நான்கூட டேசனுக்குள்ளேதான் போய்ட்டு வந்தேன்."

"கொஞ்சம் தண்ணி அடிச்சு வச்சிருக்கப்படாதா"

"வந்தாதானே ரெண்டு எட்டு, ரயில் டேசனுக்குள்ளே போய்ட்டு வந்துருங்களேன்"

"அது எனக்குத் தெரியாதா? சும்மானாச்சும், தெருவில் உக்காந்துகிட்டு வம்பு பேசத்தான் தெரியும், முண்டமே"

அவன் அறைக்குள் வந்து சட்டையை உதறினான். அப்போதான், அது முதுகுப் பக்கம் நேராகக் கிழிந்திருந்தது, தெரிந்தது. கிழிந்த கிழிசல் வழியாக அவள், அவனைப் பார்ப்பது தெரிந்தது. அவன் கண்களில் லேசான இகழ்ச்சி தென்படுவதாக இவனுக்குப் பட்டது. கீழே விழுந்ததில் சட்டை கிழிந்திருக்கிறது.

"எப்படி கிழிஞ்சது?" என்றாள் மனைவி.

"கிழிஞ்சுது."

"புதுசா ரெண்டு தைச்சுக்கிறது"

"பணம் உங்க அப்பன் கொடுப்பானா?"

"நாயக்கர் கொடுப்பார்"

"எந்த நாயக்கர்"

"சாராயக் கடை நாயக்கர்"

"கொழுப்பா?"

அவன் குழந்தை, அவள் இடுப்பைக் கட்டிக்கொண்டு நின்றது.

"என்ன வச்சிருக்கே, தின்ன?"

"சோறு இருக்கு"

"குழம்பு.?"

“வைக்கலை. ரசம் கொஞ்சம் இருக்கு”

“தொட்டுக்க?”

“என்னைத்தான் தொட்டுக்கணும்.”

விடைப்பான பதில் என்று நினைத்தான். உடம்பு, மனம் குரோதத்தில் பொங்கியது. சட்டையைத் தரையில் எறிந்து விட்டு, அவளை அறைந்தான்.

“புழுத்த முண்டமே” என்றான் ஆக்ரோஷமாக.

பல்ப் காற்றில் ஆடி நிழலைச் சுவருக்கும் தரைக்குமாக வாரி இறைத்தது. மனிதர்கள் சருகைப்போலப் பறந்து பறந்து மீண்டும் ஸ்திரப்பட்டார்கள். அவள், “துட்டு கொடுக்க வக்கில்லை. சோறு வேணுமா, சோறு, தூ...” என்றாள். அது அடி, வசை, வலி.

அவன், தன் பலம் இழந்தாற்போல உணர்ந்தான். சமயத்துக்கு உபயோகமாக இருக்கிற, சுவரில் சிம்னி விளக்கை எடுத்து வீசினான். அது சுக்கலாயிற்று. மண்ணெண்ணெய் நெடி பரவியது. குழந்தை மூத்திரம் போனாற்போலக் கொஞ்சமாகச் சிதறியது அந்த எண்ணெய். குழந்தை அலறியது. அதை இடுப்பில் தூக்கி வைத்துக்கொண்டு மேசை மேல் இருந்த எப்பவாவது பாடுகிற பழைய டிரான்சிஸ்டரை எடுத்து விசிறினான். அது மதில் சுவரில் பட்டு விழுந்து, மூடியும் பகுதியுமாக இரண்டாயிற்று. கைக்கு எட்டும் தூரத்தில் வேறு எதுவும் இருக்கவில்லை.

“புழுத்த முண்டம்” என்றான்.

சட்டென்று, தான் சுண்டல் காகிதம் மாதிரி, வழவழத்துப் போனாற்போல உணர்ந்தான். “புழுத்த முண்டமா?” என்றாள் மனைவி. அது, புது வசவாக இருந்தது அவளுக்கு. இதுவரை அவள் கேட்டிராத வசை அது. அதே நேரத்தில் காற்று குளிர்ச்சியாக எங்கிருந்தோ வந்து நிலவியது.

“யார் சொன்ன வார்த்தை இது?”

குளிர் வசப்பட்டிருந்த கேசவன் மகிழ்ச்சியுடன் சொன்னான்:

“எங்க ஐயா”

கணவன் மனைவி இருவரும் சிரித்தார்கள். அவர்களைப் பார்த்துக் குழந்தையும் சிரித்தது.

“புழுத்த முண்டம்” என்று சொன்னாள் மனைவி.

“புழுத்த முண்டம்” என்று சொன்னான் கணவன்.

"புய்த்த மிண்டம்" என்று சொன்னது குழந்தை.

ஒரு தமாஸ் வார்த்தையை கேட்ட மகிழ்ச்சியில் சிரித்தது குடும்பம்.

கேசவனுக்குள் ஒரு கவிஞன் இருப்பதை, அவனே கண்டுபிடிக்கும் சந்தர்ப்பம் இப்போது வாய்த்தது.

"புழுத்த முண்டம், பழுத்த முண்டம்" என்றான்.

"ஹை" என்று வியப்பு தெரிவித்தாள் மனைவி. உலகம், சண்டை அற்று, போர் மேகங்கள் விலகி, எல்லோர்க்கும் எல்லாம் என்கிற நிலை வந்து விட்டாற்போல இருந்தது.

வெளியே அரவம் கேட்டது. ரா மிட்டாய்க்காரன் அழைப்பு மணி, அது. இது, கோயில் மணி ஓசை மாதிரி இருக்காது. இரண்டுமே "அழைப்பை" நோக்கமாகக் கொண்டிருந்தாலும் தன்மையில் வேறு வேறானது. குழந்தை தெருவைப் பார்த்தாள்.

வாடிக்கை மிட்டாய்க்காரன், அம்மா கையில் காசு இருக்கும்போது வாங்கிக் கொள்வான். பஞ்சு மிட்டாய். பார்த்தால் ஒரு பந்து மாதிரி. கையில் வைத்து மூடினால் உள்ளங்கை காணாது. கொஞ்சம் கொஞ்சமாகப் பிய்த்துத் தின்ன வேண்டும். கால நீடிப்பு முக்கியம். அது சந்தோஷத்தை நீட்டிக்கும். பிய்த்து வாயில் வைக்கையில், சிலுப்பிக்கொண்டு, மீறி நிற்கும் மிட்டாய். வாயின் இரு புறங்களிலும் பூனை மீசை மாதிரி நீளும். பார்க்கவே வெகு தமாஷ் மிட்டாய் கூண்டு விளக்கு கொஞ்சம் கொஞ்சமாக நகர்ந்து குழந்தையை நோக்கி வந்துகொண்டிருக்கிறது.

குழந்தை, தூணைப் பிடித்துக்கொண்டு நின்றிருந்தது. எங்கிருந்தோ ஒரு பூச்சி அவன் கைகளில் வந்து அமர்ந்தது. பட்டாம்பூச்சி, வண்ணத்துப் பூச்சி? பொடி வண்ணத்தில் இருந்தது அது! வழி தவறி இருக்குமோ? காலம், சமயம் தவறி இருக்குமோ?

குழந்தை மிட்டாயை விட்டு பூச்சியைக் கவனித்தது. இப்போ பூச்சி தவ்வி, மரத்தில் இருந்தது. சின்ன நக அளவே ஆன இறக்கையைச் சிலுப்பிக்கொண்டது. அதையே பார்த்துக்கொண்டிருந்த குழந்தை தன் வலக்கையால், ஓங்கி அறைந்தான். பூச்சி தப்பித்து விட்டது. பூச்சி கூரைக்குச் சென்று அங்கிருந்து இழிந்து மீண்டும் திண்ணை விளிம்பில் வந்து அமர்ந்தது. எழுச்சி பெற்றவனாக குழந்தை பூச்சியை அறைந்தான். நல்ல வேளை, தப்பித்துக்கொண்டது. மிட்டாய்,

நெருங்கிக்கொண்டிருந்தது. அதற்குள் பூச்சியை கவனித்துவிட வேண்டும் என்று முடிவு பண்ணியவன்போல பூச்சியை அவதானித்தான் குழந்தை. அது இப்போது அவனிடமே அடைக்கலம் அடைந்ததுபோல அவன் புறங்கையின் மேல் வந்து அமர்ந்தது.

மிட்டாய் வண்டி வெகு அருகில் வந்துவிட்டது. எட்டி, வாங்க வேண்டும், அவ்வளவுதான். குழந்தை தன் புறங்கையின் மேல் இருந்த பூச்சியை அறைந்தான்.

மெல்லிய இறக்கைகள், உடம்பு, உறுப்புகள் எல்லாம் திரண்டு சின்னஞ்சிறு கடுகாய்ச் சுருங்கி உயிரை இழந்திருந்தது பூச்சி.

கையை உதறிய குழந்தை மகிழ்ச்சியோடு, மிட்டாய் வாங்க ஓடியது.

1995

எலி, எருமை, வராத மழை!

சிவபூஷணம், பால்பூத்துக்கு வந்தபோது, ஒரு நீண்ட வரிசையை அவர் காண நேர்ந்தது. அனுமார்வால். அந்த வாலின் குஞ்சம்போல் அவரும் அதில் சேர்ந்து நின்றுகொண்டார். தோராயமாக அவருக்கு முன்னால், முப்பது பேருக்கு மேல் நின்றிருந்தார்கள். இன்னைக்கு என்ன தனக்கு முன்னாடியே இத்தனை பேர்? அவருக்கு ஆச்சர்யம். சாதாரணமாக, காலை நேரங்களில் அவர் அங்கு வருகிறபோது ரெண்டு மூன்று பேரே நிற்பார்கள். தணிக்கை அலுவலகத்தில் அவருடன் பணி ஆற்றி ஓய்வு பெற்ற வெங்கட், பதினேழாவது பிளாக் சங்கரலிங்கம் இவர்களே நிற்பார்கள். பேசிக்கொண்டே பாலைப் பிடித்துக்கொண்டு, வந்தது தெரியாமல் திரும்புவதுதான் அவர் வழக்கம். இன்னிக்கு என்ன கேடு?

இருட்டு இன்னும் இருக்கவே செய்தது. சிவம், தூங்கிப் போய் விடவில்லை. அலாரம் வைத்துக்கொண்டு அவர் படுப்பதில்லை. அவரே ஒரு அலாரம். சரியாக ஐந்து மணிக்கு உறக்கம் கலைந்து அவர் எழுந்து விடுவார். ஐந்து மணி என்றால், ஐந்து மணிதான். அது நான்கு ஐம்பத்தொன்பதாகவோ, ஐந்து ஒன்றாகக்கூட இருப்பதில்லை. அவர் உடம்பும், புத்தியும் அப்படி அத்துப்படி ஆகி இருந்தன. இன்றுகூட, சரியாக ஐந்துக்குத்தான் எழுந்தார். ரெண்டு நிமிஷம், படுக்கையில் அமர்ந்தபடியே, “ஏறு மயில் ஏறு”வை முணு முணுத்துக்கொண்டார். எழுந்து, அனுமானத்தில், இருட்டிலேயே நடந்து மேசை மேலிருந்த பால் தூக்கை எடுத்துக்கொண்டார். சில்லறை காசுகளையும் இடுப்பு வேஷ்டியில்

மூடிந்துகொண்டார். சத்தம் இல்லாமல் கதவைத் திறந்துகொண்டு சத்தம் இல்லாமல் மூடிவிட்டுத் தெருவில் இறங்கினார். வீடுகளின் வாசல்களில் வேட்டை நாய் மாதிரி, இருட்டு கட்டிக் கிடந்தது. நித்தம் நித்தம் பார்க்கிற காட்சிதான். அவர் தூங்கி எழும்போதெல்லாம, உலகம் தூங்கிக்கொண்டிருக்கும். சமயங்களில் அது, அவருக்குச் சந்தோஷம் தருகிற எண்ணமாகக்கூட இருக்கும். உறங்கி விழிகிற உலகத்தின் முன், உறங்காத கர்மஞானிதான் என்கிற சந்தோஷம் இன்று, காலையில்கூட, அந்தச் சந்தோஷம் அவருக்கு ஏற்பட்டது. இது போன்ற சன்னதம் அவருக்கு ஏற்படும்போதெல்லாம், காலைத் தரையில் உதைத்துக்கொண்டு, கர்வம் மேலோங்க நடப்பார், நடந்தார். சத்தம் கேட்டு, எதிர் வீட்டுச் சாக்கடையிலிருந்து எலி ஒன்று பயந்து போய், திடுமெனத் தெருவைக் கடந்து, அவருக்குக் கர்வபங்கத்தை ஏற்படுத்தியது. சிவபூஷணம் திடுக்கிட்டுத் தாவிக் குதித்தார். தாவலில், எலியை மிதிக்காததுதான் குறை. என்ன, எழவு இது? எலி என்கிற பிராணியை, ராத்திரியில் உறங்காத, தெருவில் குறுக்கும் நெடுக்குமாக ஓடிக்கொண்டிருக்கும் ஜென்மாக்களை பகவான் என்னத்துக்குப் படைத்தார்? தமோ குணம் மேலோங்கி இருந்த ஒரு கணத்தில், இந்த அசூசைப் பிராணிகளைப் படைத்துப் போட்டிருப்பானோ, அவன்? உடனடியாக உள்ளுக்குள் இருந்து ஒரு எச்சரிக்கைக் குரல் எழுந்தது. கடவுளைப் பழிப்பதாவது? ஒரு பெரிய இரும்புச் சட்டியும், அது நிறைய சூடேறிப் போன எண்ணெயும், அதில் அவரைத் தூக்கி போடக் காத்திருக்கும் கிங்கரனும் என்று நரகக் காட்சி ஒன்று அவர் மனக்கண்ணில் விரிந்தது. நாத்தழும்பேறிய நாஸ்திகர்களுக்கான தண்டனை அது. கிலி அடித்துப் போனார், சிவம். பரபரவென்று தனக்குள் “சிவசிவ” என்றும், பஞ்சாட்சரத்தை ஓதியும், சிவபெருமானின் பேரேட்டில், தவறுதலாகப் பதிந்து போன சிவதூஷணையைப் பக்தி அழிப்பினால் அழித்துத் திருத்த முயன்றார்.

பால்பூத் வந்து சேர்கிறபோது, நீண்டிருந்த, என்றைக்கும் இல்லாத வரிசை, நிச்சயமாய், கடவுள் அளிக்கிற தண்டனை என்று எண்ணிக்கொண்டார்.

நின்ற இடத்தில் இருந்து, தலையை நீட்டி, முன்னால் நிற்கிறவர்களை ஆராய முற்பட்டார். வெங்கட், மூன்றாவது ஆளாக நின்றிருந்தார், என்று நம்பினார். இருள் முற்றும் விலகிவிடவில்லை. கருமுடிக்குள் இழையோடிய நரைமுடியென, சற்றே வெளுத்திருந்தது வைகறை. எதிரில் இருந்த மனிதர், வெற்று

உடம்போடு இருந்தார். அவரின் முதுகுக்குப் பின் நிற்பது, கரும் பலகைக்கு முன் நிற்பதுபோல் தெரிந்தது. காலை நேரத்து உடம்பு, பச்சை வாசனையோடுகூட இருந்தது. தலையை, இடதுபுறமாகத் திருப்பினார். அறியாமையின் உருவமே போன்று, ஒரு எருமை, தன் நீண்ட கொம்புகளோடு தீனிமென்றுகொண்டிருந்தது. குளிர்மையான காற்றை வாங்கிக்கொண்டு, அந்த உருவத்தை வேடிக்கை பார்த்தார் சிவம். நெற்குதிர் மாதிரி மழை பெய்த தாரோட்டின் நிறம், பித்தளைப் போணி மாதிரி பால்மடி. கட்டை விரல் காம்பு. சிவம் வெகு பக்கத்தில் இருந்த எருமையை வாழ்வில் முதல் முறையாகப் பார்ப்பதுபோல அகலக் கண்கொண்டு பார்த்தார். எல்லாம் சரிதான், ஆனால், எருமை மூத்திரம் பெய்யாதவரை ரசிக்கத் தக்கதாகத்தான் இருக்கிறது. சிவம், அதைப் பார்த்துக்கொண்டிருக்கும்போதே, அந்தப் படிக்காத மிருகம், இவர் பக்கமாகத் திரும்பி, "லொட லொட" என்று பெரும் சத்தத்துடன், "மழைத் தாரை மாடியில் இருந்து விழுந்தால் அன்ன" மூத்திரம் பெய்தது. கணிசமான பகுதி இவர் கால், தொடை மற்றும் வேஷ்டியையும் நனைத்து விட்டது. "ஈஸ்வரா" என்றபடி சிவம், வரிசையை விட்டுத் தாண்டி, வெளியே வந்து நின்றார். என்ன சோதனை இது? காலையில் இருந்து, எலியும் எருமையுமா அவருக்கு ஹிம்சை தருவது? வேஷ்டியை இடது கையால், கீழ்ப் பகுதியில் பிழிந்து விட்டுக்கொண்டார்.

"கர்மம் கர்மம்" என்று தலையில் அடித்துக்கொள்ளாத குறையாக அலுத்துக்கொண்டு, மீண்டும் அவரிடத்தில் வந்து நின்றுகொண்டார்.

வரிசை அநியாயத்துக்கு நீண்டுகொண்டிருப்பதாய் அவருக்குப் பட்டது. உலகில், எலிகளும், எருமைகளும், அவருக்கு முன்னதாகவே வந்து வரிசையில் நின்றுகொண்ட மனிதர்களும் ஏதோ சொல்லி வைத்துக்கொண்டு அவருக்கு எதிராக இயங்குவதாக அவருக்குப் பட்டது. கால் கடுப்பதாக அவர் உணர்ந்தார். ரொம்ப நேரத்துக்கு முன்னரே, வெங்கட், பாலை வாங்கிக்கொண்டு, இவரையும் பார்த்து, "என்ன ஓய், இன்னைக்கு லேட்? தூங்கிட்டீராக்கும்?" என்றபடி, பதிலுக்கும் காத்திராமல் போய்ச் சேர்ந்தார். இன்னேரம் வீட்டில் நிம்மதியாக, காலை நேரத்தை அனுபவித்த படியே காபி சாப்பிடுபவராய் இருக்கும்.

அவர் முறை வந்தது. இடுப்பில் முடிந்திருந்த சில்லறைகளை எடுத்துக்கொண்டு பாத்திரத்தை இடது கையில்

பிடித்துக்கொண்டார். முன்னால் இருந்தவர் நகரவும், இவர் அவருடைய இடத்துக்குப் போகும் நேரத்தில்தான் அந்த உற்பாதம் நிகழ்ந்தது. எங்கிருந்தோ, ஒரு பலமான கை, அவரைப் பின்னுக்குத் தள்ளியது. தள்ளப்பட்ட வேகத்தில் அவர் விழ இருந்தார். ஈசன் செயல் அவ்வாறு நிகழவில்லை. ஓர் இளைஞன் பால் பிடித்துக்கொண்டான். அவனைத் தொடர்ந்து, இன்னும் சிலர், அவரை மேலும் பின்னுக்குத் தள்ளி, முன்னேறினார்கள். சிவம், அனேகமாக, வரிசையின் கடைசிப் பகுதிக்கே வந்து நின்றார். இந்த அலைக் கழிப்பில் அவர் கையில் இருந்த சில்லறை தவறிக் கீழே விழுந்தது திடுக்கிட்டு, அவற்றைப் பொறுக்கினார். தன்னைப் பின்னுக்குத் தள்ளியவனை ஆக்ரோஷமாக அவர் பார்த்தார். அவன் ஒரு ரௌடியைப்போல அவருக்குத் தோன்றினான். ஓங்கி, ஓர் அறை வைக்க வேண்டும் என்று நினைத்து, அவனை நோக்கி ஓர் அடி முன் வைத்தார்.

மனிதர்கள் நினைத்ததை எல்லாம் செய்ய முடியாது. ஏன் முடியாது எனில், காரணங்கள் இவை.

அ. சிவபூஷணம் பிறந்த பின், நாற்பது ஆண்டுகள் கழித்து மண்ணுக்கு வந்தவன் அவன்.

ஆ. நன்கு முறுக்கிவிடப்பட்ட மீசை வம்புக்குத் "தயார் தயார்" என்று சவால் விட்டது

இ. கட் பனியன் அணிந்திருந்த, அவனின் பலம், தோள், புஜம், மார்பு முதலான பல பகுதியில் வெளிப்பட்டது.

ஈ. அறுபத்திரண்டு வயதில், சிவபூஷணம் அடிதடியில் இறங்கி, பால்பூத்தில் கலாட்டா செய்தார் என்கிற அவப் பெயர் வந்தால், அவருடைய மருமகள்கள் என்ன நினைக்க மாட்டார்கள்?

எந்த வகையில் பார்த்தாலும் அவரை ஹிம்சைக்கு உள்ளாக்கியவனை, அவர் அறையவோ, மோதவோ முடியாது என்கிற யதார்த்தம், அவருக்குத் தெள்ளென விளங்கவே, பொருமிய மனத்தோடு வரிசையில் போய் சாதுவாக நின்றுகொண்டார். இவ்வளவு ரகளைக்கும் காரணமான அவனோ, தூக்கிக் கட்டின கைலி வழி பிதுங்கும் துடைச் சதையை வெளிக் காட்டியபடி, சிவபூஷணம் என்கிற பிரகிதி இந்த மண்ணுலகிலேயே தோன்றவில்லை என்கிற பாவத்தோடு வெகு அலட்சியமாக நடந்தான். அவன் தன்னைக் கடக்கையில், அவனை ஓரக்

வேண்டிய நிர்ப்பந்தம் இருந்தது. இதையே வாய்ப்பாகப் பயன்படுத்திக்கொண்டு, சிவம், காலையில் தனக்கு ஏற்பட்டதைச் சொன்னார். கூடுமானவரை, தன்பால் இரக்கம் தோன்றுமாறு கதையைச் சொன்னார். எல்லாவற்றையும் அமைதியாக கேட்டுக்கொண்டு இருந்து விட்டு, அந்த அம்மாள் சொன்னாள்.

"இந்த வயசில போய் உங்களுக்கு என்னத்துக்கு வம்பு தும்பு எல்லாம்? பால் வாங்கப் போனமா, வந்தமான்னு இருக்காமே, என்னத்துக்கு காலித்தனம் எல்லாம் விலைக்கு வாங்கறது? அவன் ரெண்டு தட்டு தட்டினா, நீங்க தாரவாந்து போயிடுவீங்க... வயசான காலத்துல என்னத்துக்கு இந்தச் சில்லுண்டித்தனம்?"

சிவத்துக்கு உடம்பெல்லாம் எரிந்தது.

"நானா வம்புக்குப் போறேன்? சில்லுண்டித்தனம் பண்றேன்?" என்றார்.

"எனக்கென்ன தெரியும்? அந்தக் காலி உங்களை மடக்கிட்டு ரெண்டு போடு போட்டான்னா, அப்போ தெரியும் உங்க வீம்பு"

சிவம், கையை உதறிக்கொண்டு எழுந்தார்.

"மோர்?" என்றாள் அந்த அம்மாள். கையைக் கழுவிக்கொண்டு, தெருவில் இறங்கினார். தெரு காலை வெயிலில் பற்றி எரிந்தது. தெருவுக்கு இரண்டு சாரியிலும் இருக்கிற வீடுகளில் எல்லாம், எலிகள், எருமைகள், முறுக்கு மீசையும், முண்டா பனியனும் அணிந்த ரௌடிகள் மற்றும் மனுசர் பேசுவதைப் புரிந்து கொள்ளாத மனைவிமார்கள் என்னும் ஜடங்கள் ஆகியோர் வாழ்கிறார்களோ என்கிற ரீதியில் அவர் சிந்தனை ஓடியது. அரசமரத்தடி, பிள்ளையார் வட்டம், அல்லிக்குளம் எல்லாவற்றையும் கடந்து அவரது நெடுநாள் சிநேகிதரான வெங்கட்டைப் பார்க்க நடந்தார். வெங்கட் சாப்பிட்டு முடித்து தாம்பூலம் தரித்தவராக, "பால்கனியில்" அமர்ந்து பேப்பர் படித்துக்கொண்டிருந்தார்.

"வாடா சிவம்" என்றார் வெங்கட். வெற்றிலையைத் துப்பி விட்டு வந்தவர், சிவத்தின் முகத்தைப் பார்த்தார்.

"என்ன சொரத்தே இல்லை, என்ன சமாசாரம்? ஆத்துக்காரி ஏதாச்சும் சண்டை பிடிச்சாளோ?"

சிவர், காலையில் நிகழ்ந்த சமாசாரங்களைச் சொன்னார். எல்லாவற்றையும், அமைதியாகக் கேட்டுகொண்டிருந்து விட்டு,

கண்ணில் பார்த்த சிவபூஷணம், அவன் தன்னைக் கடந்து போனபின், அவன் வெகு தூரம் போய்விட்டான் என்பதை நிச்சயம் செய்துகொண்டு, காறித் "தூ" என்று துப்பினார். வரிசையில் இருந்த பலர் அவரை இரக்கம் தோன்றப் பார்த்து, அவரை மேலும் இம்சித்தார்கள். எங்கிருந்தோ பதினேழாம் பிளாக் சங்கரலிங்கம் பால் பாத்திரத்தோடு அவர் முன் தோன்றி, "நாட்டில் ரௌடித்தனம் அதிகமாயிடுச்சு... காலிகள், முரட்டு முட்டாள்களின் அராஜகம் நடக்கிறது. நாம் கிழங்கள் என்ன பண்ண!" என்றார் ஆறுதலாக.

தெருத் திருப்பத்திலேயே வீட்டு வாசலில், அவர் சகதர்மணி நிற்பதைப் பார்த்தார். அவரைத்தான் எதிர்பார்த்துக்கொண்டு நின்றாள் என்பது அவருக்குத் தெரிந்தது. அவள் அருகில் சென்றதும், நடந்ததைச் சொல்ல அவர் துடித்தார். எதையும், அவள் கேட்கும் நிலையில் இல்லை.

"என்ன இத்தனை தாமதம்? நல்லா தூங்கிட்டீங்களாக்கும். சங்கர் எழுந்து, காபி இல்லையான்னு நாலு வாட்டி கேட்டுட்டான்..." என்று அவர் கையிலிருந்த பாத்திரத்தைப் பிடுங்கினாள் அவள்.

"இன்னிக்கு பெரிய ரகளை..." என்று தொடங்கினார் சிவபூஷணம். இவர் பேச்சை, அவள் கேட்கத் தயார் இல்லை. அடுக்களைக்குள் சென்று மறைந்தாள். களைப்பு தீர திண்ணையில் அமர்ந்துகொண்டார்.

"போச்சு... எல்லாம் போச்சு... மரியாதை ஒழுங்கு, கட்டுப்பாடு, முதியோர்ளுக்கு சௌகரியம் பண்ணுதல், சக மனுஷனை மதித்தல் எல்லாம் போச்சு. என்ன படிக்கிறார்கள் இவர்கள்? என்ன அதிகாரம் நடக்கிறது, இங்கே? தலைக்குத் தலை நாட்டாண்மையா?" என்று தனக்குள்ளே பொருமிக்கொண்டார். உடம்பு, திடுமென்று ரொம்ப உஷ்ணமானதுபோல இருந்தது. ஸ்நானம் பண்ண வேண்டும். போய்க் குளித்தார். விபூதியைக் குழைத்து, நெற்றி, மார்பு, புஜம் கை என்று வழக்கம்போலத் தரித்துக்கொண்டார். பூஜை அறைக்குள் நுழைந்து, மணைப் பலகையில் அமர்ந்தார். மந்திரம் சொல்ல முடியவில்லை. மூடிய கண்களுக்குள், முறுக்கிய மீசையே வந்து நின்றது.

சிவபூஷணம் உணவு உண்ண அமர்ந்தார். அவர் சாப்பிட்டு முடிக்கும் வரைக்கும் அவர் மனைவி, அவருக்கு முன் இருக்க

வெங்கட் கேட்டார்.

"அந்தப் பய எப்படி இருந்தான்னு சொல்றே? கட் பனியனும், லுங்கியும், முறுக்கிய மீசையுமா?"

"அவனேதான்"

"அந்த பேமானியைச் சும்மாவா விட்டே? ரெண்டு வைக்கிறதுக்கு என்ன? எனக்கு அந்த ரௌடியைத் தெரியும். சோடாக் காளின்னு பேர் அவனுக்கு. இந்த ஜில்லாவிலேயே பெரிய சோதான்னா அவன். அவனா உன்னண்டை வாலாட்டினான்.? அந்த படுவாப் பயலை என்னத்துக்கு சும்மா விட்டே. அங்கேயே செருப்பைக் கழற்றி நாலு சாத்து சாத்தறதுக்கு என்ன? அடடா, அவன் நல்ல நேரம் நான் இல்லியே அந்த நேரத்துல. இருந்திருந்தா, அவன் முழுசா வீடு போயிருப்பானா ராஸ்கோல்"

சிவத்துக்கு, ஆற்றலும், தைரியமும் வந்ததுபோல் இருந்தது. சிவம் சொன்னார்.

"நானும் நாலு சாத்து சாத்தலாம்னுதான் இருந்தேன். நிமிர்ந்து பார்க்கிறேன். அந்த பேமானி ஓடிக்கிட்டு இருக்கான். சரி ஓடுகிற கோழையை என்னத்துக்குத் துரத்தணும்னு நான் கம்முன்னு இருந்துட்டேன்..."

வெங்கட், தன் வெற்றிலைப் பெட்டியைத் திறந்தார். அது ஆட்டம் முடிந்த நாடகக் கொட்டாய் மாதிரி இருந்தது.

"பச்... சரி வாரும், வெற்றிலை சீவல் வாங்கிட்டு வருவோம்..."

அவர்கள், தெருவுக்கு வந்தார்கள். வெங்கட் சொன்னார்.

"தோ பாருடா சிவம், தீமைகள் எதனால் வளர்றதுன்னு நினைக்கிறாய். தீயவர்களை எதிர்த்து நாம் நிக்கறது இல்லை. ஒதுங்கி விடுகிறோம். அயோக்கியதை, அதர்மத்தைக் கண்ட மாத்திரத்தில் அதைக் கிள்ளி எறியணும். இல்லைன்னா, அதர்மம் என்கிற முள் மரம்தான் தழைக்கும்"

சிவத்துக்கு உள்ளபடியே, அவர் நடந்து செல்கிற குண்டும் குழியுமான நகரசைப் தெரு, குருக்ஷேத்ரமாக மாறியது. வெங்கட்டே கிருஷ்ணன், சிவமே அர்ச்சுனன்.

பகவான் கிருஷ்ணர் ஆணை இடுகிறார். "சிவபூஷணம் வீரம் கொள். உறவு, நட்பு என்கிற அஞ்ஞானத்தை விடு. எடு ஆயுதத்தை. அழி சோடாக் காளியை..." புல்லரித்தது சிவத்துக்கு. அவர்கள் வெற்றிலைப் பாக்குக் கடைக்கு வந்துவிட்டிருந்தார்கள். வெங்கட்டைக் கண்டதும், கடைக்காரர், பழக்கம் காரணமாக

பிரபஞ்சன் | 93

வெற்றிலைச் சீவல் பொட்டலம் கட்டத் தொடங்கினார். அர்ச்சுனன் ஆவேசம் அடங்காத சிவம் சொன்னார்.

"வெங்கட்டு, அந்த சோமாறிப் பயல், எப்போ என் முன்னே வந்தாலும் என் சோட்டைக் கழற்றி அடிக்கலைன்னா, நான் சிவம் இல்லை. பார்த்துக்கோ..."

எதிர்பாராத நபரிடம் இருந்தும், எதிர்பாராத நேரத்திலும் வந்த இந்த அறைக்கூவல், பொட்டலம் கட்டிக்கொண்டிருந்த கடைக்காரருக்குப் பெரிய அதிர்ச்சியைத் தந்தது.

"சாமி... யாரை?" என்றார் கடைக்காரர்.

"அந்த சோடாபாட்டிலோ, பிராந்தி பாட்டிலோ, காளின்னு ஒரு ரௌடி இருக்கானில்லையா, அந்த பேமானியை..."

கடைக்காரர் முகத்தில் கவலை, பயம் போன்ற குறிகள் தோன்றின.

"என்னத்துக்குப் போயி அவன் கிட்ட வம்பு?" என்ற கடைக்காரருக்கு, வெங்கட் சம்பவத்தை விளக்கினார். சொல்லி முடித்ததும், சன்னதம் அடங்காதவராகச் சிவம் உறுமினார்.

"இது என்ன மனுஷர் இல்லாத காடா? ஊர்ணா, சில ஒழுங்கு, முறை இருக்க வேணாமோ? நமக்கு எதுக்கு வம்புன்னு ஒதுங்கிப் போறதாலதான், இந்தப் பாம்புக் குட்டிகள் படம் எடுத்து ஆடுது. அந்தப் பாம்புக்கும், தடி ஒண்ணு இருக்குன்னு அவனுக்கு உணர்த்த வேண்டுமோ, இல்லையோ! ஒன்று இப்போ சொல்றேன். அதோ எரிஞ்சுக்கிட்டு போறானே, திகுதிகுன்னு அந்த சூரியன் சாட்சியா சொல்றேன், அந்த ரௌடிப் பயலை, எங்கே பார்த்தாலும் என்னடான்னு நாலு வார்த்தை கேட்டு, நாலு அறை விட்டாதான், என் மனசு ஆறும். எனக்காக இல்லை. லோக ஷேமத்துக்காக..."

வெங்கட், தான் வெகு நேரமாக, அமைதியாக இருப்பதை உணர்ந்தவராக முத்தாய்ப்பு மாதிரி தம் கருத்தைச் சொன்னார்.

அக்ரமங்கள், அநீதிகள் பெருகுகிற காலம் வந்தா பகவான் வருவதாகச் சொன்னாரில்லையா கலிகாலத்து பகவான் வரமாட்டார். சிவம் மாதிரி, என் மாதிரி மனுஷர்களால்தான் அநீதிகள் அழிக்கப்படணும். என்ன பண்றது?" என்று அந்த மேலான பொறுப்பின் கனம் தோளில் அழுத்திக்கொண்டிருக்கிற தொனியில் பேசினார் வெங்கட்.

வெங்கட்டின் வீட்டிலிருந்து திரும்பிக்கொண்டிருந்தார் சிவம். சற்று நேரத்துக்கு முன், வெங்கட் வெற்றிலை பாக்கு வாங்கிய கடையைக் கடந்துதான் அவர் வீடு திரும்பியாக வேண்டும். கடையை எதேச்சையாகப் பார்த்தார். "திக்"கென்றது. சோடாக் காளியும் கடைக்காரரும் பேசிக்கொண்டிருந்தார்கள். கடைக்காரர் மற்றும் காளியின் பார்வை வட்டத்துக்குள் விழுகிற தூரத்திலேதான் அவர் இருந்தார். பார்த்ததும் பார்க்காதது மாதிரி சிவம், அவர்களைப் பார்த்தார். கடைக்காரர் அவரைச் சுட்டிக்காட்டி ஏதோ சொல்வது மாதிரி இருந்தது. அவர் நடையை எட்டிப் போட்டார். ஏதோ நகரத் தயாராக இருக்கும் பஸ்ஸைப் பிடிக்கப் போகிறவர்போல அவர் அவசரமாக நடந்தார்.

"ஓய்" என்று அதட்டுகிற குரல் கேட்பது மாதிரி இருந்தது. சே வெறும் மனப் பிராந்திதான். எந்த நேரமும் காளி அவரை எட்டிப் பிடிப்பான் என்பது மாதிரி. இந்தக் கன்னத்திலும், அந்தக் கன்னத்திலும் நாலு அறை வைப்பான் என்பது மாதிரி அவர் எதிர்பார்த்தார். "என்னடா சொன்னாய்" என்று கேட்பானோ? "அநியாயத்தையும் அதர்மத்தையும் அழிக்க அவதாரம் எடுத்திருக்கிறாயாமே! எங்கே அழி" என்று சொல்லி முண்டா தட்டுவானோ?

எத்தனைச் சீக்கிரமாக அவர் வீடு வந்து சேர்ந்தார்! அவருக்கு மூச்சு இரைத்தது. வியர்த்துப் போயிற்று. திண்ணையில் சாய்ந்துகொண்டு அமர்ந்தார். தாகம் தொண்டையை வறளச் செய்திருந்தது.

"யார் அங்கே?" என்றார். பதில் இல்லை. கிழவி உறங்கிப் போயிருப்பாள். பாவம். தள்ளாத வயசு என்று நினைத்துக்கொண்டார். காளி அவரைத் தேடி வீட்டுக்கே வந்து விடுவானோ என்றும் நினைத்தார்.

"சிவமா, சவமா, எவன்டா அவன், என்னை அறைகிறேன் என்றது?" என்றால் என்ன செய்வது? பகீரென்றது. எல்லாம், இந்த வெங்கட்டால் வந்த வினை. அவன் தட்டிவிடாவிட்டால், நான் பேசி இருப்பேனா? ஏதோ, சிவபூஷணமா தங்கமான மனுஷனாச்சே, தான் உண்டு, தன் ஜோலி உண்டுன்னு அல்லவா இருப்பார் என்று இத்தனை வருஷம் இருந்துவிட்டு, காலம் போன காலத்தில், ஒரு ரௌடியிடம் அடிவாங்கி அழியறதாவது."

அவர் மனம் அலை பாய்ந்தது. காளி, வந்து விட்டால், என்ன சொல்றது.?

"வா தம்பி... உட்காரு... என்ன நடந்துச்சி தெரியுமோ காலைலே, எனக்கு ஏதோ அவசரம், பல ஜோலி இருக்கும் உனக்கு. எனக்குத் தெரியுமே அதனாலதான், எனக்கு முந்தி பாலை வாங்கிட்டுப் போயிட்டே... இதுல என்ன தப்பு. தப்பே இல்லை. இதைப் போயி, எந்த கோள் சொல்லியோ வெங்கட்டுகிட்டே ஓதி இருக்கு. அந்த வெறும் பயலும் அதைப் பெரிசா எடுத்துக்கிட்டு, என்னடா சங்கதின்னு கேட்டான். அது ஒண்ணுமில்லை. நம்ம தம்பிக்கும் எனக்கும் சம்பந்தப்பட்ட விவகாரம். எனக்கு என்னத்துக்கடா இந்தப் பிரச்சினைன்னு சொல்லிட்டேன். அத்தோட அது தீர்ந்து போச்சு. அப்புறம் மகாபாரதக் கதை பேசிக்கிட்டோம். கிருஷ்ணன், அர்ச்சுனன்னு என்னவோ உளறிக்கிட்டு இருந்தான். நான் புறப்பட்டு வந்துட்டேன். என்ன தம்பி பிரச்சினை" இப்படியாகத் திருப்பி விடுவது என்று யோசனை செய்தார். சிவம். தன் சாதுர்யத்தை நினைத்து, தானே மகிழ்ந்துகொண்டார். ஆனால், அவருடைய அந்தராத்மா அவரை அமைதியாக இருக்கவிடவில்லை.

"சரி, என்னை அறையப் போவதாகச் சொன்னீராமே! அந்தச் சோமாறிப் பயல் என் முன்னே வந்தால், சோட்டைக் கழற்றி அடிப்பேன்னு சொன்னீராமே... எங்கே அடியுமேன் பார்க்கலாம்..." என்று காளி, சண்டி பிடித்தால் என்ன செய்வாய் என்று கேட்டது அந்தராத்மா.

"அட கண்றாவியே! உன்னை இல்லைப்பா... (இந்த இடத்தில் சிரிக்க வேண்டும்) நான் ஒருத்தன்... சுத்த அசடாட்டம், பாண்டவாளுக்கு இத்தனை அவஸ்தை கொடுத்த துரியோதனப் பயலை அல்லவா அடிப்பேன்னு சொன்னேன்... என்ன காபி, டீ எது சாப்பிடறே...? இப்படியாகப் பேசிச் சமாளிப்பது என்று முடிவு பண்ணிக்கொண்டார்.

சிவத்தின் நடவடிக்கை, அவர் மனைவிக்கு மிகவும் வித்தியாசமாக இருந்தது. என்னமோ, பேய் அறைந்தது மாதிரி இருந்தார். சாப்பாடு வேணாம் என்றார். செரிக்கவில்லை என்று காரணம் சொன்னார். அடிக்கடி வியர்வையை ஒற்றி எடுத்தார். மாலை, மயங்கிக்கொண்டு வந்தது. தினம், காப்பிக்குப் பிறகு, வெங்கட்டுடன் நடப்பது என்கிற பழக்கத்தை முன்னிட்டுப் புறப்பட்டார். வீதியில் எங்காவது ஒரு இடத்தில் காளி வெளிப்படுவானோ என்று இருந்தது. வெங்கட் உடன் இருந்தால், பிரச்சினை இல்லாமல் போகும். இரு சாரியிலும்

மரங்கள் வளர்க்க முயற்சித்துக்கொண்டிருந்த அரசு. ஆடுகள், மேய்ந்துகொண்டிருந்தன. மனுஷ வாழ்க்கைக்கு எத்தனை எதிரிகள்! முதலில் எலி, அப்புறம் எருமை, அப்புறம் காளி, அப்புறம் ஆடு, பெட்டிக் கடையைக் கடக்கையில் அங்கு யாரும் இல்லாமல் இருந்தது மிக்க ஆறுதலாக இருந்தது. வெங்கட் வீட்டை அடைந்து அவருடன் உலாவப் புறப்படுகையில், மனம் நிம்மதி அடைந்தார் சிவம். உலாவல் என்பது கற்பகாம்பாள் கோயில் தொடங்கி அண்ணா சிலை வரை. அப்படியே புல்தரையில் கொஞ்ச நேரம் உட்கார்ந்து பேசல். அப்புறம் புறப்பட்டு வீடு திரும்பல், வெங்கட்டுக்குக் கொஞ்சம் நாளாக மூல பௌத்ரம் வந்து சிரமப்படுத்திக்கொண்டிருக்கிற விஷயம் தொடங்கி, மாகமகக் கோரம் வரையில் பேசிப் பகிர்ந்துகொண்டு அவர்கள் வந்துகொண்டிருந்தார்கள். குழந்தைகள் பூங்கா அருகில், இருவரும் பிரிய வேண்டும். இருட்டு கவிந்து விட்டிருந்தது. வளர்ப்பு நாய்க்குட்டி மாதிரி, இருள் அவர்களையும் உரசிக்கொண்டிருந்தது. பூங்காவில் இருந்து, கடைத்தெரு இரு சாரியிலும் கடைகள் ஒளி வெள்ளமாகப் பாயும் வீதி. பூங்கா மதிலுக்கு அருகில் நின்றுகொண்டார்கள்.

“அப்புறம்... நாளைக் காலையில் சீக்கிரமே வந்துடு... நானும் வந்துடுவேன்... நாளைக்கும் அந்த காளி பேமானி வந்தான்னு வச்சுக்கோ, சட்னிதான் அவன்...” என்றார் வெங்கட் சிரித்துக்கொண்டு. அந்தக் கணம்தான்... அதே நேரம்தான்... பூங்காவின் உள்ளே இருந்து, காளியும் போலீஸ்காரன் ஒருவனும் வெளிவந்தார்கள். அனேகமாக, வெங்கட் சொன்னதை அவர்கள் கேட்காமல் இருக்க முடியாது. வந்தவர்கள், அவர்களுக்கு அருகிலேயே நின்றார்கள். காளி, சட்டை போட்டுக்கொண்டிருந்தான். கைலி மட்டும் அதேதான். அப்படியே ஓடலாமா என்று இருந்தது, சிவத்துக்கு. வெங்கட்டும் அதே உணர்வில்தான் இருந்தார். அவசரமாக “அப்போ நான் புறப்படறேன்” என்றபடி, பதிலையும் எதிர்பார்க்காமல், அவர் விடுவிடு என நடந்தார். தன்னந்தனியாக நின்ற சிவம் உடம்பு ஒடுங்க, ஓர் அடி எடுத்து வைத்தார்.

“யாரது... கொஞ்சம் நில்லு” என்றான் காளி. பாதி உயிர் போனவராக நின்றார் சிவம். அதற்குள், போலீஸ்காரனாக இருந்தவன், “அப்ப சரி காளி, நான் புறப்படறேன். மறந்துடாதே. உன்னை நம்பித்தான் பொண்ணு சடங்கை ஏற்பாடு பண்ணி இருக்கேன்... கை விட்டுறாதே...” என்றான் காளி அதற்கு, “நீ

போப்பா... நான் பார்த்துக்கிடறேன். நீ கவலைப்படாதே..." என்றான்.

நின்றுகொண்டிருந்த, சிவம் பிரக்ஞை இழக்கும் நிலையில் இருந்தார். காளியைப் பார்த்து நட்பு தோன்றும் படியாகச் சிரித்தார். காளி இவர் அருகில் வந்தான்.

"வெங்கட்தான் அப்படிச் சொன்னான்... நானில்லை..." என்றார் சிவம். காளி குழப்பம்கொண்டவனாக, "தீப்பெட்டி இருக்கா, பெரியவரே..." என்றான்.

"ஹி... ஹி... இல்லை. நமக்கு அந்தப் பழக்கம் இல்லை... இருங்க... நான் போயி வாங்கி வரட்டுமா?" என்றார் வாயில்... இருந்து பீடியை எடுத்துக்கொண்டு "வேணாம். நீங்க எதுக்குப் போகணும்." என்றபடி அவன் நடந்தான்.

"மழை வர்ற மாதிரி இல்லை?" என்றார் சிவம். அவன் முதுகைப் பார்த்தபடி!

அவர் சொல்வதைக் கேட்க காளி இல்லை. அவன், இருட்டுக்குள் நடந்து மறைந்து போனான்.

1995

தபால்காரர் பெண்டாட்டி

மேற்கிலிருந்து ஹார்ன் சப்தம் வந்தது. அரசமரத்திற்கு அந்தண்டையிலிருந்துதான் அந்தச் சப்தம். தபால்காரர் வருகையைக் குறித்துத்தான் என்பது எங்களுக்குத் தெரியும். அது மாதிரியான ஹார்னை, பஸ்களில் பார்க்கலாம். ஆனால், பஸ்களில் வைத்திருக்கும் ஹார்னுக்கும், எங்கள் ஊர் தபால்காரர் நாம நாயுடு, அவர் சைக்கிளுக்கும் வைத்திருக்கும் ஹார்னுக்கும் வித்தியாசம் இருந்தது. பஸ் ஹார்ன் 'பர் பர்' என்கிற இனிமையற்ற சப்தத்தை எழுப்பும் வகையது. நாயுடு வைத்திருக்கும் ஹார்னோ, இரும்புத் தண்டவாளத்தை மற்றோர் இரும்புத் துண்டால் அடிக்கிற வித்தியாசமான சப்தத்தை எழுப்புவது.

குடியானவர் தெருவும், மேற்கில் ஏரிக்கரைத் தெருவும் சேர்கிற இடத்தில் அரசமரம் ஒன்று இருந்தது. ஊர் மணியக்காரர் பட்டாபி நாயக்கரை விடவும் அது வயசான மரம் என்று நாங்கள் கருதிக்கொண்டிருந்தோம். ஊரின் எல்லை, அரசமரம் என்று தீர்ந்திருந்தது. அரச மரத்திற்கு அந்தண்டை ஏரியும், அதுக்கும் மேல் கருவேலக் காடுமாக எங்கள் ஊர்.

ஹார்ன் சப்தத்தைக் கேட்டதும், எங்கள் உடம்பில் திடுமென இரத்தம் சுரப்பது மாதிரி சந்தோஷ அலைகள் பரவும். எங்கள் என்றது நானும், கோவிந்தனும், சின்னி கிருஷ்ணனும்தான். சப்தத்தைத் தொடர்ந்து சைக்கிளைத் தொடர்ந்து அதைத் தள்ளிக்கொண்டு வருகிற நாயுடுவைச் சந்திக்க நாங்கள் தயாராகி விடுவோம். ஊருக்குள் வருகிற நாயுடு ஒரு

நாளும் சைக்கிளில் அமர்ந்து அதை மிதித்துக்கொண்டு வருவதை நாங்கள் கண்டதில்லை. தள்ளிக்கொண்டுதான் வருவார். ஊருக்கு அவர் மரியாதை செலுத்துவது மாதிரி எங்களுக்குப்படும்.

நாயுடுவின் சைக்கிளைப் பார்க்கையில் யாருக்கும் 'பூம்பூம்' மாட்டுக்காரர் ஞாபகம் வராமல் இராது. மாட்டின் கொம்புகள், சைக்கிளின் ஹாண்டில் பார் எனத் தோன்றும். மாட்டின் முதுகில் மாட்டுக்காரர் தன் துணி மூட்டையைச் சுமத்தியிருப்பார். சைக்கிளின் பாரில் தபால்காரர் தன் தபால் மூட்டையைத் தொங்க விட்டிருப்பார்.

நாயுடு எங்கள் ஊருக்கு வாரம் ஒருமுறை வருவார். வாரம் தோறும்தான் தபால் பட்டுவாடா நாடக்கும். இழவு செய்திகள்கூட வாரம் தோறும்தான் கிடைக்கும். அதுபற்றி எங்கள் ஊரில் யாரும் கவலைப்பட்டோ, அலுத்துக்கொண்டா நான் பார்த்ததில்லை. எங்கள் கிராமத்தைக் காருண்யம் மிக்க இங்கிலீஷ் கவர்மென்ட் ஓர் ஊராக அங்கீகரித்து, மேட்டிமை தங்கிய தபால் இலாகா, தம் ஊழியரை அனுப்பி வைக்கிறதே என்கிற பெருமை எங்கள் பெரியவர்களிடம் இருந்தது. தாம் வருவதை கவர்மென்டாருக்கு நிரூபிக்க, ஊர்ப் பெரியவர்கள் நாலு பேரிடம் கையெழுத்தும் வாங்கி கொடுப்பார். அந்த நால்வரில் எங்கள் அப்பாவும் அடக்கம். அப்பா மிகவும் சிரமப்பட்டு, தம் முழுப் பெயரையும் எழுதுவார். "தப்புகிப்பு இல்லையே..." என்று ஆறாம் வகுப்பு படிக்கிற என்னிடம் கேட்பார். நான் எழுத்துக் கூட்டி, "இல்லை" என்பேன். ஒரு சந்தேகம் மாத்திரம் இருக்கும். அப்பா புள்ளி எழுத்துக்களின் மேல் புள்ளி வைக்க மாட்டார். கோடு கிழிப்பார். சரியாகத் தன் பெயர் காணப்பட வேணும் என்பதில் அப்பா குறியாக இருப்பார். ஏனென்றால் கவர்னர் ஜெனரல் ராஜாஜி, அந்தக் கையெழுத்தைப் பார்த்துத்தான், தாண்டவராயன் குப்பத்துக்கு நாம நாயுடு என்கிற தபால்காரர் ஒழுங்காகத் தபால் பட்டுவாடா செய்கிறார் என்கிறதை ருசுப்படுத்திச் சம்பளம் போடுவார் என்று அப்பா கவலைப்படுவார்.

'கொய்ங்ங்' என்கிற சப்தம் கேட்டது. சாயங்கால நேரம் அரைச் சாயங்காலம். வாத்தியார் பெண் லட்சுமி, வயசுக்கு வந்து விட்ட காரணத்தால், அன்று மதியத்துக்கு மேல் நடு வீட்டில் உட்கார வைத்து புட்டு சுத்துகிறார்கள். ஆகவே மதியம் எங்களுக்கு விடுமுறை. நாங்கள் கோட்டிப் புல் விளையாடிக்கொண்டிருந்தோம்.

சத்தம் கேட்டதும் நாங்கள் விளையாட்டை முடித்துக்கொண்டு அரச மரத்தைப் பார்க்க ஓடினோம். நாயுடு, சைக்கிளைத் தள்ளிக்கொண்டு வருவது மாதிரி இருந்தது. நாங்கள் ஓடிப் போய் தபால்காரரைச் சூழ்ந்துகொண்டோம். சின்னி பாடினான்.

"மஞ்சள் வெயில் காயுது
மான்குட்டி மேயுது
தபால்காரன் பொண்டாட்டிக்கு
தர்ரு புர்ருன்னு போகுது..."

சின்னி, அடி அடியாகச் சொல்வான். நாங்கள் அதை எதிர் வாங்கிக்கொண்டு திருப்பிச் சொல்வோம். மேட்டுத் தெருப் பையன்களும், குட்டிகளும் எங்களுடன் சேர்ந்து கொள்வார்கள். சத்தம் தெருவைப் பிளக்கும். பெரியவர்கள் எட்டிப் பார்ப்பார்கள். "இந்த பசங்க, தபால்காரனை இந்தப் பாடு படுத்தறாங்களே" என்பார்கள்.

நாயுடு, "தோ... போங்கடா... சைக்கிளை ஸ்டாண்டு போட்டு நிறுத்தினேன் பாத்துக்குங்க... உடம்பு தோலை உரிச்சுப் போடுவேன்... கையைக் காலை முறிச்சுப் போடுவேன்..." என்றார். பட்டாளத்துக் கோட்டுப் போட்டு கீழே வேஷ்டி கட்டியிருப்பார். ஸ்டாண்டு போட்டு சைக்கிளை நிறுத்தி வேஷ்டியை, டப்பாக் கட்டு கட்டிக்கொண்டார். அதற்குள் நாங்கள் மறைந்து போய்விடுவோம். சுற்றும் முற்றும் பார்த்துக்கொண்டார்.

"என்னிக்காவது ஒருநாள் என்கிட்ட மாட்டுவீங்கடா. அன்னிக்கு உங்களை சட்னி பண்ணி தோசைக்குத் தொட்டுக்கல, நான் ராமன் இல்லைடா" என்று சொல்லி ஒரு கெட்ட வார்த்தையையும் உதிர்த்தார். பாரத்தால் சக்கரங்கள் மண்ணில் கோடுபோட சைக்கிளைத் தள்ளிக்கொண்டு நடந்தார். சின்னி மீண்டும் முதலடியை எடுத்தான்.

"மஞ்சள் வெயில் காயுது...
மான்குட்டி மேயுது...
தபால்காரன் பெண்டாட்டிக்கு
தர்ரு புர்ன்னு போகுது"

"லேய்... உங்களை மாரியாயிதான் கொண்டு போவா... என்னைச் சொல்லுங்கடா... எதுக்குடா என் பெண்சாதியை சொல்றீங்க...?" என்றார்.

“உங்களை...” என்றபடி ஸ்டாண்டு போட்டு நிறுத்தினார். அதற்குள் நாங்கள் மாயமாய் மறைந்து போனோம்.

“இருக்கட்டும். ஒரு நாளைக்கு உங்களுக்கு நான்தான் காலன்டா” என்றபடி சைக்கிளைத் தள்ளிக்கொண்டு, பட்டாபி நாயக்கர் திண்ணைக்குப் போய் வண்டியை நிறுத்தி தானும் அமர்ந்தார். நாய்க்கரின் மருமகள், அவருக்குத் தாகத்துக்குத் தண்ணீர்கொண்டு வந்து கொடுத்தாள். அதை நாயுடு அருந்தி தாகம் தீர்த்துக்கொண்டார். தபால் வருகையை அறிந்து பெரியவர்கள் வந்து குழுமினார்கள். அவருடைய கோட்டின் நிறத்திலேயே அமைந்த தபால் பையைப் பிரித்து காகிதக் கட்டை வெளியே எடுத்து, ஒவ்வொருத்தர் பெயரையும் விளித்து அந்தக் கடிதத்தை அவரே படித்து விஷயங்களைச் சொன்னார். பக்கத்திலே இருந்த கோவிந்தனின் வீட்டு முருங்கை மரத்துக்குப் பின்னால் பதுங்கிக்கொண்டு நாங்கள் நாயுடுவை வேடிக்கை பார்த்துக்கொண்டு இருந்தோம்.

அப்புறம் ஊர்க்காரர்களுக்கு, நாயுடு ஆலோசனை சொல்லிக்கொண்டிருந்தார். பெரியவர்களுக்கு நிறைய பிரச்சினைகள். ஊருக்கு இன்னும் பஸ் வரவில்லை, கரன்ட்டும் வரவில்லை. இதையெல்லாம் யாருக்கு எப்படி விண்ணப்பம் போடுவது என்று நாயுடு விளக்கமாகச் சொல்லிக்கொண்டிருந்தார். அப்புறம், கொஞ்ச நேரம் அவர்கள் அரசியல் விஷயங்களில் மூழ்கினர். ராஜகுமாரி நாய்க்கருக்கு அரசியலில் மிகவும் ஈடுபாடு இருந்ததாக எங்கள் வீட்டில் பேசிக் கொள்வார்கள். அந்த நாய்க்கருக்கு ராஜகுமாரி நாய்க்கர் என்று பெயர் வந்ததுகூட ஓர் ஈடுபாடு காரணமாகத்தான். ஒருநாள் இப்படியான சபையில், ராஜாஜிக்கும் சத்தியமூர்த்திக்கும் இடையே நிலவின விவகாரங்களைப் பற்றி நாயுடு சொல்லிக்கொண்டிருந்தாராம். இடையில் சமய சந்தர்ப்பம் தெரியாமல், நாய்க்கர் புகுந்துக்கொண்டு, “பட்டணம் போனா ராஜகுமாரியை பார்க்கலாமா நாயுடு. அந்த அம்மாவைத் தனியாக பார்க்க முடியுமா, இல்லே பாகவதரோட சேர்ந்து இருப்பாங்களா?” என்பதாகக் கேட்டாராம். சபை கொல்லென்று சிரித்ததாம். அதிலே இருந்து அவருக்கு ராஜகுமாரி நாயக்கர் என்று பெயர் வைத்து விட்டார்கள்.

ராஜகுமாரி நாய்க்கர் இருந்துகொண்டு அந்த நேரம் “ஆமா நாயுடு, இந்த சுந்தராம்பா என்ன இப்படி பண்ணிப் போட்டுச்சி? அது ஆச்சாரியார் பக்கம் நிக்காமே, சத்தியமூர்த்தி

ஐயருக்கு உதவியா கூட்டம் பேசுதாமே, நீரு கொஞ்சம் சொல்லக்கூடாதா?" என்றார். நாயுடு அதுக்கு ஏதோ விளக்கம் அளித்துக்கொண்டிருந்தார். அப்புறம் நாயுடு, வழக்கம்போல சிறந்த தபால்காரருக்கான விருதை, வெள்ளைக்காரன் கையாலே வாங்கின கதையைச் சொல்லத் தொடங்கினார். மணியக்காரர் மருமகள், "கை நனைச்சுக்கலாமே" என்று வந்து சொன்னாள். தபால்காரருக்கு ஊருக்கு வரும்போதெல்லாம் மணியக்காரர் வீட்டிலே சாப்பாடு நடக்கும். சாப்பாடு முடிந்து அடுத்த ஊரான ராமக்காள் மங்கலத்துக்குப் புறப்படுவார். சமயத்தில் பேச்சு சுவாரஸ்யத்தில் தங்கியும் விடுவார். விடியற்காலம் எழுந்து மணியக்காரர் வீட்டிலே குளித்து ஆகாரம் பண்ணிக்கொண்டு புறப்படுவார்.

நான் பள்ளிக்கூடம் கிளம்பிக்கொண்டிருந்தேன். அப்பா, கூடத்தில் அவருக்கு முதுகை முட்டுக் கொடுத்துக்கொண்டு அமர்ந்தபடி சுருட்டு பிடித்துக்கொண்டிருந்தார். வீடு முழுக்கச் சுகமான புகை பரவிக்கொண்டு இருந்தது. அம்மா, வாசலில் அப்பாவுக்கு வெந்நீர் வைத்துக்கொண்டிருந்தார். அம்மா மேல் பயமே இல்லாமல் ஒரு காக்கை அவள் அருகாகச் சிந்தியிருந்த தண்ணீரைக் குடித்துக்கொண்டிருந்தது. வாசலில் நிழல்.

"யாரது?" என்றார் அப்பா. எட்டித் தெருவைப் பார்த்தேன்.

"யா, நான் தலையாரி வந்திருக்கேன்."

"என்னடா?" என்றபடி அப்பா, வாசலுக்கு வந்தார். அம்மா எழுந்து அப்பாவைத் தொடர்ந்தார். நான் புஸ்தகத்தை அடுக்கிப் பைக்குள் வைத்துக்கொண்டு இருந்தேன்.

"ஏதோ பஞ்சாயத்துங்களாம்" என்று தலையாரி, பையோடு வெளியே வந்த என்னைப் பார்த்து, "சின்ன ஐயாவையும் அழைச்சுக்கிட்டு, மணியக்காரர் வீட்டுக்கு வரச் சொன்னாங்க." என்றார்.

அப்பா என்னைப் பார்த்துவிட்டு திரும்பத் தலையாரியிடம் "பஞ்சாயத்துக்கு இவன் என்னத்துக்கு?" என்றார்.

"தெரியாதுங்க" என்றார் தலையாரி.

அப்பா என்னைப் பார்த்தார். எனக்கு வயிறு கலங்கியது.

"யார் இருக்காங்க. மணியக்காரர் வீட்டிலே?"

"தபால்காரர் நாயுடு, அப்புறம் பெரிய குடித்தனக்காரங்க, நாலு பேரு இருக்காங்க."

அப்பா திரும்பி என்னைப் பார்த்தார். சுருட்டை இழுத்து ஒருமுறை புகைவிட்டார்.

"என்னடா பண்ணே?" என்றார்.

"ஒன்... ஒன்னும் பண்ணலையே" என்றேன்.

"பின்னே, எதுக்கு மணியம் உன்னையும் கூப்பிடறான்" என்றார். அம்மாவைப் பார்த்து, "சின்ன பசங்கள்லாம் பஞ் சாயத்துக்குப் போற காலமா போச்சு" என்றார். தொடர்ந்து என்னைப் பார்த்து பஞ்சாயத்துல ஏதாவது மாங்காய் அடிச்சே, தேங்கா திருடினேன்னு ஏதாவது வந்துச்சி, அவ்வளவுதான். பயலே அங்கேயே சமாதி வச்சுப்பூடுவேன்" என்றார்.

காலையில் தின்ற நாலு இட்லிகளும் எனக்கு ஜீரணமாகி விட்டது. அம்மாவைப் பார்த்து "பேமானிப் புள்ளையைப் பெத்துட்டு பேசாமே நிக்கிறியே... போய் சால்வையைப் எடுத்தா" என்றார். அம்மா கொண்டு வந்த சால்வையைப் போட்டுக்கொண்டு, "வாடா" என்றபடி புறப்பட்டார். புத்தகப் பையை என்ன செய்வது என்று திகைத்து அப்புறம் அதையும் எடுத்துக்கொண்டு பின் தொடர்ந்தேன்.

மணியக்காரர் வீட்டில் சிறு சபை கூடியிருந்தது. அங்கே கோவிந்தன், சின்னி அவர்களின் அப்பாக்கள் எல்லாம் இருப்பதைப் பார்த்ததும் எனக்குத் திக்கென்றது. தபால்கார நாயுடு என்னைக் கோபத்துடன் பார்த்தார்.

"வாங்க கிராமணி" என்று வரவேற்றார் மணியம். அப்பா, அவர் முன் அமர்ந்துகொண்டார். மணியம் ஆரம்பித்தார்.

"ஒன்றும் இல்லே, சின்னப்பசங்க விவகாரம், நம்ம தபால்கார நாயுடுவைத்தான் உங்களுக்குத் தெரியுமே. ஊருல ஒருத்தர் நமக்கு இருக்கப்பட்டவரு, மழையோ, காத்தோ, வெயிலோ, மப்போ, ஒழுங்கா நம்ம ஊருக்குத் தபால் கொண்டு வர்றாரு. அவரை இந்தப் பசங்க ரொம்பவும் சீண்டியிருக்காங்க. என்கிட்ட ரொம்பவும் சொல்லி வருத்தப்பட்டுக்கிட்டாரு"

தபால்காரர் இடைமறித்துக்கொண்டு சொன்னார்.

"என்னைச் சொன்னாக்கூட பரவாயில்லை கிராமணி. என் பெண்சாதியை என்னத்துக்கு அனாவசியமா இழுக்கணும். அதிலயும் உங்க பையன் இருக்கானே. அவன்தான் கேங்க் லீடர்.

எல்லாரையும் தூண்டி விடறவன். அவன்தான் அது என்ன பாட்டுடா, வைத்தி! சொல்லு."

அப்பா, நெருப்பு சிந்த என்னைப் பார்த்தார்.

நான் குனிந்துகொண்டு நின்றிருந்தேன். மணியம் சொன்னார். "நாளைக்கு நாயுடு கோவிச்சுக்கிட்டு நான் இந்த ஊருக்குப் போக மாட்டேன்னு சொன்னா, கவர்மென்டு நம்மூர் மனுஷாளை பத்தி என்ன நினைக்கும்?"

ராஜகுமாரி நாய்க்கர் சொன்னார்.

"விடுமய்யா ஒழுங்காப் பிடிச்சி ஒன்னுக்குப் போகத் தெரியாத பயல்க. அவங்க விவகாரத்தைப் பெரிசாப் பேசிகிட்டு" என்றார்.

"அதானே" என்றார் சின்னியின் அப்பா.

"டேய் சின்னி, எங்க அந்தப் பாட்டைச் சொல்லு. நீதானே அடியெடுத்துக் குடுப்பே..."

சின்னி குனிந்துகொண்டிருந்தான்.

"சொல்றான்னா" என்று கத்தினார் மணியம்.

"மஞ்ச வெயில் காயுது
மான்குட்டி மேயுது.
தபால்காரன் பொண்டாட்டிக்கு..."

"சொல்றான்னா?"

"தர்ரு புர்ருன்னு போகுது."

சபை சிரித்தது. மறைவாக நின்றிருந்த மணியத்தின் மருமகள் சிரித்தாள்.

அன்னம்மாபேட்டை தபாலாபீசுக்கு அண்மையில்தான் மாற்றலாகி இருந்தேன். ஒருநாள் மணியார்டர் கூப்பன்களைப் பார்வையிடுகையில் அந்தப் பெயரைப் பார்த்தேன். "நாமநாயுடு, முன்னாள் தபால்காரர். மஞ்சக்கொல்லை" என்றிருந்தது விலாசம். அருகில் நின்றிருந்த போஸ்ட்மேன் வெங்கடாசலத்திடம் கேட்டேன்.

"யார் அய்யா இந்த நாம நாயுடு? மிலிட்டரி கோட்டும் வேஷ்டியும் கட்டிக்கிட்டு கிராமத்துக்கு, தபால்கொண்டு வருவாரே, அவரா?"

“அவருதான் சார். நேத்து போயிருக்கணும். இன்னிக்குக் கொடுத்திடறேன்.”

“எம். ஓ. வை டிலே பண்ணாதீரும்னு எத்தனை வாட்டி சொல்றது? பெரிய க்ரைம் அது.”

“கிராமத்துல அதெல்லாம் பெரிசு இல்லை சார்.”

“எப்படி இருக்காரு நாயுடு?”

“கிழம் இருந்தாலும் இன்னும் நடக்குது, திங்குது, பல்லு ஒன்றுகூட இன்னும் விழலை.”

எனக்கு நாயுடுவைப் பார்க்க வேண்டும்போல் இருந்தது. அன்று மாலையே கொஞ்சம் பழம் தினுசு வாங்கிக்கொண்டு நாயுடுவைப் பார்க்க மஞ்சக்கொல்லைக்குக் கிளம்பினேன். இரண்டு மைல் தூரம் நடை பண்ணியது மாதிரி இருக்கும் என்று நடந்தேன். அந்தப் பஞ்சாயத்துக்குப் பிறகு அப்பா என்னை விளாசினது ஞாபகத்துக்கு வந்தது.

மஞ்சக்கொல்லை, சுமார் நூறு வீடுகளைக்கொண்ட கிராமமாக இருந்தது. அறியாமை, அசட்டுத்தனம், வெகுளித்தனம், வீம்பு என்று இருக்கிற சராசரி இந்திய கிராமம். வீட்டை சுலபமாகக் கண்டுபிடிக்க முடிந்தது. என்னுடன் கிராமத்துச் சிறுவர்கள் என்னை வேடிக்கைப் பார்த்தபடி உடன் நடந்து வந்தார்கள்.

நாயுடு, திண்ணையில் சாய்ந்து படுத்திருந்தார். சின்ன ஓட்டு வீடு. பக்கத்தில் தடி ஒன்றை வைத்திருந்தார். என்னைக் கண்டதும் “யாரு?” என்றார். நான் என்னை அறிமுகப்படுத்திக்கொண்டேன்.

“அடடே, கிராமணி மவனா?” என்றார். உடன், “அப்பா இருக்கிறாரா?” என்றார்.

“இருக்கார்” என்றேன். என்னைப் பற்றி விசாரித்தார். சொன்னேன்.

“ரொம்ப சந்தோஷம். தபால் இலாகாவிலேயே வேலைக்கு அதுவும் போஸ்ட் மாஸ்டரா வந்துட்டீங்க” என்று சந்தோஷப்பட்டுக்கொண்டார்.

இருபது வயசு மதிக்கத்தக்க இளம் பெண், எனக்கு டீ கொண்டு வந்து தந்தாள்.

"யார் நாயுடு, உங்க பேத்தியா?"

அந்தப் பெண் சிரித்தாள்.

"பக்கத்து வீட்டுப் பொண்ணு. ஏதோ அபிமானத்துல எனக்கு ஒரு வேளை பொங்கிப் போடுது" என்றார் நாயுடு.

"தாத்தா கல்யாணம் பண்ணியிருந்தா, பேரன் பேத்தியெல்லாம் எடுத்திருப்பாரு. வீடு நிறைஞ்சு இருக்கும்" என்றாள் அந்தப் பெண்.

எனக்கு விளங்கவில்லை.

"அப்போ நாயுடு கல்யாணமே பண்ணிக்கலையா?" என்றேன்.

"இல்லீங்க ஐயா, தாத்தா கட்டைப் பிரம்மச்சாரி" என்றாள், அந்தப் பெண். மேலும் தொடர்ந்தாள்.

"தாத்தாவைக் கல்யாணம் கட்ட பல பேர் இருந்தாங்களாம் அம்மா எனக்குச் சொல்லியிருக்கு. ஆனா, இவருதான் எவளையும் கிட்ட நெருங்க விடலையாம். பெரிய ஆஞ்சநேயரு பக்தராமே இவரு..."

பழசு மறந்து போனவராகச் சிரித்தார் நாயுடு.

எனக்குத்தான் எதுவும் விளங்கவில்லை.

1992

நான் இருக்கிறேன் 2

அம்மாவின் விரலைப் பிடித்துக்கொண்டு நடக்கையில், ஒரு பச்சை முருங்கையைப் பிடித்துக் கொண்டு நடப்பதாய் இருக்கும் எனக்கு. தம்பி, இடுப்பில் இருப்பான். நான் அம்மாவின் விரலைப் பிடித்துக்கொள்ள அம்மா நடக்கும். மாட்டின் மடிக்காம்பு மாதிரி இழுக்க இழுக்க நீளும் என்பதாய் எனக்கு பிரமைகளைத் தந்த விரல் அது. சுத்தமாக நகத்தைக் கடித்து மழமழ என்று வைத்திருக்கும். ஆகவே என் விரலை அது பிராண்டாது.

பொதுவாக மதியம் சாப்பிட்டு முடித்து, சற்று வெயில் தாழ்ந்த பின்னால், அம்மா தலைக்குக் குளித்து விட்டுப் புறப்படும். தலை ஈரம் உலராமல், வெயிலில் கருகரு என்று மின்னும். மயிர்க்கற்றைகள் முதுகைச் சொதசொத என்று நனைத்து விட்டிருக்கும். முகத்திலும் பாதங்களிலும்

மஞ்சள் மினுக்கும். நான் அம்மாவின் கால்களைப் பார்த்தபடி நடப்பேன். என் கால்களுக்கு மஞ்சள் பூசாத அம்மாவின் மேல் லேசாகக் கோபம் மனசுக்குள் புரளும். ஒரு பாதம், மற்றொரு பாதத்தைத் துரத்திக்கொண்டு வருவது மாதிரி இருக்கும். தம்பி, அம்மாவின் இடுப்பில் உறங்கி வழிவான். அல்லது தோளில் தலை வைத்துத் தூங்குவான். அவன் நெற்றியை அடிக்கடி அம்மா தொட்டுப் பார்த்துக் கொள்ளும். சுரம் கூடுதலாகக் காய்ந்தால், அம்மா காலை எட்டிப் போட்டு நடக்கும். அம்மாவின் நடைக்கு ஈடு கொடுக்க முடியாமல் நான் ஓடும் படியாக இருக்கும்.

தம்பி பிறந்ததில் இருந்தே அம்மாவுக்கு அவஸ்தைதான். பிறந்ததில் இருந்தே அவன் நோஞ்சானாக இருந்தான். அடிக்கடி அவனுக்கு உடம்புக்கு வந்தது. மழைக்காலம் வருகிறது என்றால் அந்தப் பருவத்தில் பெய்கிற முதல் மழையின்போதே அவனுக்கு உடம்புக்கு வந்து விடும். பனி, வெயில் என்று காலம் தோறும் ஏதாவது ஒரு சீக்கு வந்தபடி இருக்கும். நன்றாகச் சிரித்து விளையாடிக்கொண்டே இருப்பான். திடுமென குடித்த பாலை வாந்தி எடுப்பான். அப்புறம் அம்மா என்று சிணுங்குவான். சுருண்டு படுத்துக் கொள்வான். "என் கண்ணே" என்றபடி அம்மா அவனைத் தூக்கி மடியில் போட்டுக்கொண்டு தடவிக் கொடுக்கும். அம்மாவின் கண்களில் நீர் கோத்துக் கொள்ளும். விளிம்பில் ததும்பி, கோடு கிழித்துக்கொண்டு இறங்கும். தம்பி பட்ட அவஸ்தைக்குச் சற்றும் குறையாதது, அம்மாவின் அவஸ்தை, அதனினும் இது மீஸ்திரம்"

அன்றைக்கே, வெயில் தாழ்ந்த பிறகு நாங்கள் புறப்படுவோம். ஒரு பையில் முட்டை, மெழுகுவர்த்தி, கொஞ்சம் சாம்பிராணிப் பொட்டலம் ஆகியவற்றை ஒரு பையில் போட்டு அம்மா என் கையில் கொடுக்கும். பையை ஆடாமலும், எதன் மேலும் மோதாமலும்கொண்டு வருவது என் பொறுப்பு. அது மஞ்சள் வண்ணத்தில், அண்மையில் நடந்த ஏதாவது கல்யாணத் தாம்பூலப் பையாக இருக்கும். உள்ளே தேங்காய் நார் மிச்சம் காணும்படி இருக்கும். சில வேளைகளில் மடங்கிக் காய்ந்த வெற்றிலைச் சுருள் இருக்கும். என் கவனம் முழுக்க அந்தப் பையின் மேலேயே குவியும். எவ்வளவு ஜாக்கிரதையாக நடந்தாலும், என் காலின் மேலேயே அது மோதும். அம்மாவுக்கு இது எப்படியோ தெரிந்து போகும். குழந்தைகளின் மேல் காற்று மோதும்போதுகூட, அம்மாக்களுக்குச் சத்தம் கேட்டு விடும் போலும்.

"பத்திரம் தம்பி... முட்டை உடைஞ்சுடப் போகுது"

நான் அம்மாவைப் பார்த்தேன். காதுக்கு மேல் கன்னப் பொட்டில் வியர்வை முத்துக் கட்டிக்கொண்டு இருக்கும். பேருந்து நிறுத்தம் வழியாக ஒதியஞ்சாலை வந்து, அங்கிருந்து கூடலூர் சாலை வழியாக நாங்கள் நடப்போம். வழியில் செங்கியன் தோட்டம், பயம் காட்டும் கனவு மாதிரி, இருள் அடர்ந்து இருக்கும். வயசான திண்ணைத் தாத்தாக்களைப்போல, பெரிய உயரமான மரங்கள் பெருமூச்சு விட்டுக்கொண்டு நிற்கும். எனக்கு அது ஓர் அலுக்காத வேடிக்கை. நிச்சயமாக அந்தத் தோட்டத்துக்குள் நூறு

பேய்களாவது இருக்கும் என்பது என் அனுமானமாக இருந்தது. ஒரு லட்சம் பாம்புகளாவது இருக்கும் என்பது என் ஊகம். லேசான பயம் காதோரம் விதிர்விதிர்க்க அதைக் கடந்து நடப்பது சுகம். சிவந்த, கரும்புள்ளிகளுடன்கூடிய, ஒன்றுடன் ஒன்று கோத்துக்கொண்டு நடக்கும் சிவப்புப் பூச்சிகளை ஏராளமாக அங்கே காண முடியும். மரவட்டைகள் கோடி. பாலம் ஏறி இறங்கினால், புற்று மாரியம்மன் கோயில் வரும். தென்னங்கீற்று வேய்ந்திருக்கும். ஒரு வளர்ந்த புற்றுதான் கோயில். எனக்கு நிரந்தரமான பயம் ஏற்படுத்திய விஷயங்களில் பிரதானமான ஒன்று இந்தப் புற்றுக் கோயில். ரெண்டு ஆள் உயரமான புற்று அது. ஏராளமான பொந்துகள், அதன் அடிவாரத்தில் இருந்து தொடங்கும். ஒரு மலை மாதிரி அடி பெருத்து, போகப் போகச் சுருங்கி, ஒரு சங்கைக் கவிழ்த்து வைத்தாற்போலக் காணும் புற்று. ஒவ்வொரு பொந்தும், ஒவ்வொரு பாம்பு வாழும் வீடு என்பது என் அனுமானமாக இருந்தது. அனேகமாக நூறு பொந்துகளாவது அந்தப் புற்றில் இருந்தது. அப்படியென்றால் நூறு பாம்புகளாவது அங்கு இருக்கும் என்று ஆகிறது. ஏற்கெனவே பிரார்த்தனை பண்ணிக்கொண்டவர்கள் வைத்து விட்டுப் போன முட்டைகள் அங்கு காணப்படும். பாம்புப் புற்று மாரியம்மனுக்கு முட்டை ரொம்ப விசேஷமான நிவேதனம். பூசாரி ஒருத்தர் இருந்தார். வயசாளி, முடியும், தாடியும் மீசையும் கொத்துக் கொத்தாய் தொங்கி, அவற்றுக்கு ஊடாக இரண்டு கண்கள், ஒரு மூக்கு, ஒரு வாய் காணப்படும். எங்களைப் பார்த்ததும், “வாங்கம்மா, சௌக்யமா?” என்பார்.

“இருக்கேன் பூசாரி. குழந்தைக்குத்தான் காலைலே இருந்து உடம்பு கொதிக்குது. வாந்தி எடுக்கிறான். பாவம், சுருண்டு விழுந்துட்டான்... பாருங்க... கண்ணைத் திறக்கவே மாட்டேங்கறான்...” என்று அழுவதுபோலச் சொல்லும் அம்மா, தம்பியை அவர் பக்கமாக நீட்டும். பூசாரி, தம்பியின் வயிற்றில் பக்கமாக அழுத்தி பார்ப்பார். தலையை மேலும் கீழுமாக அசைப்பார். விளங்கிக்கொண்டதான அறிகுறி அவர் முகத்தில் காணப்படும்.

“சந்தேகம் என்ன, காற்றுக் கருப்புதான். மண்ணு திருஷ்டி பட்டாலும் மாற்றிப்பிடலாம். பொண்ணு திருஷ்டி பட்டாலும் பொசுக்கிப்பிடலாம். கண்ணு திருஷ்டி பட்டா மனுஷன் என்ன பண்ண முடியும்? மாரியாத்தாதான் மாற்ற முடியும். கவலைப்

படாதீங்க அம்மா, முட்டையை வச்சுட்டுப் போங்க... மூணு நாழியில் குழந்தைக்கு குணம் வர்லேன்னா, என்னைக் கேளுங்க..."

அம்மா புற்றை நெருங்கி நின்றுக்கொண்டு, "குழந்தை... அந்த முட்டையை எடு" என்று கேட்கும். நான் முட்டையை எடுத்து அம்மாவின் கையில் கொடுத்து விட்டுத் தள்ளி நின்று கொள்வேன். பயத்தில் என் கண்கள், என் காலையே கவனித்துக்கொண்டிருக்கும். ஒரு பாம்பாவது வெளியே வராது என்பதுக்கு என்ன நிச்சயம்? அந்த நூறு பொந்துகளில் ஏதேனும் ஒன்றில் இருந்து, ஒரு பாம்பு என்னைப் பார்த்துக்கொண்டிருக்காது என்பதுக்கு என்ன ஆட்சேபம்? "என்னடா மூர்த்தி... ஓகோ" என்று தலையசைக்காது என்பதுக்கு என்ன மறுப்பு? வெடவெட என்று நடுங்கின படி நான் நின்றுகொண்டிருப்பேன். பூசாரி, தட்டில் கற்பூரம் ஏற்றிப் புற்றண்டை இருக்கும் கழுத்து மாத்திரம் உள்ள மாரியம்மை சிலைக்குக் காண்பிப்பார். மாரியம்மை இவ்வளவு பெரிசாகக் கண்ணை விழித்துப் பார்த்துக்கொண்டிருக்க அவசியம் என்ன என்பதுபோல இருக்கும். அம்மன் கழுத்துக்குப் பின் இருக்கும் சூரியக் கதிர்ப் பிரபையும் கற்பூர ஜோதி வெளிச்சத்தில் சேர்ந்து எரிவதாய் இருக்கும். நெருப்பின் ஜுவாலையே அகண்டு, உச்சியில் கூர்மையாகி, உரிந்த தேங்காய் மாதிரி வளர்ந்து, புற்றாகப் பரிமாணம் பெறுவதாக இருக்கும்.

அம்மாவுக்கு கொஞ்சம்கூட பாம்புகளிடம் பயம் இல்லை போலும், புற்றுக்கு வெகு அருகாமையில் நெருங்கி அதன் கீழ் முட்டையை வைக்கும். பாம்புகள் முட்டையை அருந்தி விடும் என்று எனக்குச் சொல்லப்பட்டிருந்தது. ஓட்டை உடைக்காமல் என்னவிதமாய் முட்டையை அவை அருந்தும் என்பது, எனக்கு அவிழ்க்க முடியாத முடிச்சாகவே வெகுநாள் இருந்தது. எரிகிற கற்பூரத்தில் ஆவி பிடித்து, மூன்று முறை தம்பியின் முகத்தில் தடவும் அம்மா. இப்போது முகத்தில் பூரண நிம்மதி பொலியும். தம்பிக்குப் பூரணமாய்க் குணமாகி விட்டதுபோல இருக்கும்.

சீக்கிரத்தில் அந்த இடத்தை விட்டு அகன்றுவிட மாட்டோமா என்கிற பதைப்பில் நான் இருப்பேன். பாம்புகள் எதுவும் வெளியே வந்து விடக்கூடாதே. அம்மா நிதானமாக முந்தானை முடிச்சை அவிழ்த்து பூசாரிக்குத் தட்டில் சில்லறைகள் போடும். பூசாரியின் முகத்தில் அலாதியான திருப்தியைத் தோற்றுவிக்கும் தரத்தில், அந்த காசு இருக்கும். அப்புறம் அம்மா, திருநீறை எடுத்து

குழந்தையின் நெற்றியில் பூசும். சிதறி மூக்கிலும், கன்னத்தின் மேலும் விழுகிற திருநீறு துளிகளை "உஸ்" என்று வாயால் ஊதும்.

புற்று மாரியம்மன் கோயிலுக்கு அருகிலேயே ஆட்டுப்பட்டி அந்தோனியார் கோயில் இருக்கிறது. ஆட்டுப் பட்டியை நான் பார்த்தது இல்லை. ஒரு காலத்தில் அங்கு ஆட்டுப்பட்டி ஒன்று இருந்திருக்க வேண்டும். அந்தோணியார் கோயில் வாசலில் தொழுநோய்ப் பிச்சைக்காரர்கள், வழியும் சிவந்த இரத்தப் புண்ணைப் காட்டியபடி, அழுது கெஞ்சிப் பிச்சை எடுத்துக்கொண்டிருப்பார்கள். என்னை மிகவும் மருட்டியவை அந்தக் குரல்கள். அந்தக் குரல்களுக்குக் கைகள் நீளும். வளரும். அவை நம் சட்டையின் பின் பக்கத்தைத் தொட்டு இழுக்கும். அந்த வார்த்தைகளில் இரத்தத்தின் ஈரம் உலராமல் சொத சொதக்கும். அந்த யாசக வார்த்தைகளுக்கு வாசனைகூட இருக்கும்.

ஆஸ்பத்திரிக்குள், குறிப்பாக தம்பி பிறந்தபோது நான் சென்றிருந்த பிரசவ ஆஸ்பத்திரியின் வாசனை, அந்த வார்த்தைகளில் இருந்து நெடி அடிக்கும். தெருவையும் அந்தோணியார் கோயில் தெருக்கதவையும் பிரித்து இடைவெளிக்குள் குழுமி இருந்த இந்தப் பிச்சைக்காரர்களைக் கடந்து நான் கோயிலுக்குள் ஓடிச் சென்று புகுந்து கொள்வேன். வெள்ளை மணல் விரித்த பெரிய திறந்த வெளிக்குச் சற்று தூரத்தில் கோயில். கோயிலை ஒட்டிய வளாகத்தில் பாதிரியார் சாமியார்கள் அறையிருக்கும். வயசான பெரிய சாமியார் அறை வாசலில் அம்மா போய் நிற்கும். பெரும்பாலும், பெரிய சாமியார் சாய்வு நாற்காலியில் அமர்ந்தபடி, கைவிரல்களில் புகைந்த படி இருக்கும், சுருட்டுத் துண்டோடு கறுப்புத் தோல் அட்டை போட்ட புத்தகத்தில் தலையைக் குனிந்துகொண்டிருப்பார். வெள்ளை மண் மைதானத்தில் சிவந்த கொன்றைப் பூக்கள் மலர்ந்திருக்கும். இலைகளே இல்லாமல் வெறும் பூக்களாகவே காட்சியளிக்கும் அந்த மரம். வாசலில் நிழல் அலையத் தலை நிமிரும் பெரிய சாமியார், அம்மாவை அவதானிக்க சில நேரம் எடுத்துக் கொள்வார். அப்புறம் புரிந்துகொண்டவராக, "வா அம்மா... சௌக்யமா...?" என்பார்.

"ஸ்தோத்திரம் சாமி... நல்லா இருக்கோம். குழந்தைக்குத்தான் உடம்பு சுகம் இல்லை. காலையில நல்லாத்தான் விளையாடிக்கிட்டு இருந்தான். அப்புறம் "கொட கொடன்னு" பாலை வாந்தி எடுத்தான். உடம்பு தொட்டா காயுது. குழந்தை சோர்ந்து போய்ட்டான் சாமி."

அம்மாவின் குரல் அடைத்துக் கொள்ளும்.

"கவலைப்படாதே... வெறும் அஜீர்ணமா இருக்கும். சீக்கிரமே சொஸ்தமாயிடும்" என்றபடி பெரிய சாமியார் சிரமப்பட்டு எழுந்து அம்மா அண்டைக்கு வருவார். தம்பிக்குச் சிலுவைக் குறிபோடுவார்.

"சாயங்காலத்துக்குள் சொஸ்தமாயிடும். கவலை வேண்டாம். அந்தோணியாருக்கு வேண்டிக்குங்க சரியாயிடும்."

சாமியார் குரல், மெத்தை மாதிரி மெதுமெது என்று இருக்கும். சுருண்டு சுருண்டு வட்டம், நேர்க்கோடு என்று எழும் சுருட்டின் புகை மணம் எனக்குச் சுகமாக இருக்கும். நான் அதை அனுபவித்துக்கொண்டு நிற்பேன். அந்த வயசான சாமியாரின் முதுமை, அவரது வெள்ளைத் தாடி வழியாக விரல்களை நீட்டியதுபோலக் காணப்படும். அந்த ஆதரவான வார்த்தைகளால் அம்மா, நிம்மதி அடையும். அப்புறம் நாங்கள் கோயிலுக்குள் நுழைவோம். குழந்தையை மடியில் ஏந்தி நிற்கும் கன்னிமரி அம்மையின் முன்னால் அம்மா குழைந்து போய் நிற்கும். தம்பி மாதிரி ஏசுக் குழந்தை எகிறி கண்ணாடியை உடைத்துக்கொண்டு வெளியே வருவது மாதிரி ஏசுக் குழந்தை காணப்படுவது, எனக்குப் பிடித்தது. கன்னிமரி அம்மையின் முகம்கூட அழகுதான். சாந்தம் பூசி மெழுகின முகம். "வா சாப்பிடு" என்று கூப்பிடுகிற முகம். அந்த அருள் மயமான சிலையைப் பார்க்கிறபோதே, எல்லா நோயும் சொஸ்தமானாற்போலக் காணும். இரவுகளில், என் கனவுகளில், அந்தத் தொழு நோய்ப் பிசைக்காரர்களே வருவார்கள். பெரிய சிலுவைகளை மார்பின் மேல் தொங்கவிட்டிருக்கிற தொழு நோயாளிகள். அந்தச் சிலுவைகள் ஆடி ஆடி, அதுவே மணியாக, கண்டாமணியாக ஊதிப் பருத்து, டமார் டமார் எனச் சத்தங்களை வாரி வீச்சடிக்கும். காது கிழியும் சப்தம். அம்மா, ஐயா, அண்ணன்மாரே, என்று ஆதரவு கோரி அலறுகிற ஈனக்குரலாக மாறும். எனக்கு வியர்த்துப் போய், படுக்கையை விட்டு எழுந்து அமர்வேன். வெகு நேரம் வரைக்கும் அந்தப் பேரோசை என் செவிச்சுவரைக் கிழிக்கும்.

"குழந்தை... அந்த மெழுகுவர்த்தியையும் சாம்பிராணியையும் எடு,"

பையில் இருந்து அவற்றை நான் எடுத்துக் கொடுப்பேன். மெழுகுவர்த்தியைப் பற்றவைத்து, சாம்பிராணியை அதுக்கென்று

பிரபஞ்சன் | 113

இருக்கும் குடுவையில் போட்டு விட்டு, அம்மா கண்ணை மூடிக்கொண்டு பிரார்த்தனை பண்ணிக்கொண்டு நிற்கும். பெண்கள் எல்லோரும் தலையைப் போர்த்திக்கொண்டு வேண்டிக்கொண்டு இருப்பார்கள். இரண்டுவாகாக மரப் பெஞ் சுகள் போட்டிருக்கும். ஆண்கள், பெண்களுக்குப் போலும். அந்தப் பெஞ்சின் சிவந்த பளபளப்பான வழவழப்பு என்னை மிகவும் கவர்ந்த ஒன்று. சாம்பிராணிப் புகையை அதிகம் அதிகமாக உள்ளே இழுத்து வெளியில் விட்டுக்கொண்டு நான் நிற்பேன். அம்மா, நிறைய நேரம் கண்ணை மூடிக்கொண்டு நிற்கும். அந்த நேரத்தில் நிலா வட்டத்துக்குள் அம்மாவின் முகத்தைப் புதைத்து வைத்ததுபோல இருக்கும். அதன்பின், அம்மா முகத்தைப் பெயர்த்துக்கொண்டு புறப்படும். நான் காலியான பையை இஷ்டம்போல அசைத்துக்கொண்டே அம்மாவைத் தொடர்வேன். அடுத்த படியாக லப்போர்த் பள்ளிக்கூடத்துக்கு அருகில் இருக்கும் மசூதிக்குப் போவோம். அந்த நேரத்தில் அங்கே ஒரு பக்கீர் நின்றுகொண்டு, மசூதி வாசலில் ஓதிக்கொண்டு நிற்பார். கையில் ஏந்திய தட்டில் குடுவையில் சாம்பிராணிப் புகை வெள்ளைத் துணியாகப் பரவ, கையில் நீளமான மயிர் தோகை இருக்கும். இத்தனை பெரிய தோகை, என்றைக்கும் எனக்கு ஆச்சர்யமான பொருளாகவே இருக்கும். பாடப் புத்தகத்தில் போட்டிருக்கிற மயிலின் படம் பார்த்திருந்தேன். ஒரு மயிலின் முழுத் தோகையையும் பிடுங்கிக்கொண்டு வந்தாற்போல இருந்தது எனக்கு.

அந்த பக்கீர், மந்திரம் ஓடி தம்பியின் முகத்தில் “பூ” என்று மூன்று முறை ஊதினார். மயில் தோகையால் தம்பியின் தலையைத் தடவிக் கொடுத்தார். முகம் முதல் கால்வரை தடவினார். தம்பி சிரித்தான். மசூதியிலிருந்து ஆண்கள் தலை மூடியபடியும், சுத்தமான கால் கையுடனும் வந்துகொண்டிருந்தார்கள். அம்மாவையும் என்னையும் கண்டு, மரியாதையாக ஒதுங்கிச் சென்றார்கள். “பாய்” ஒருத்தர் என் சட்டைப் பையைத் திறந்து எதையோ போட்டார். என்னைப் பார்த்து “என்ன படிக்கிறே” என்றார்.

“நாலாம் வகுப்பு”

“அண்ணி, என்ன இந்தப் பக்கம்?”

“குழந்தைக்கு உடம்புக்கு வந்துடுச்சு. ஓதிக்கிட்டு போகலாம்னு வந்திருக்கேன்.”

“ஓதியாச்சுங்களா?”

“ஆச்சு”

“அப்போ குழந்தைக்குச் சரியாயிடும். அண்ணன் சுகம் தானுங்களா?”

“நல்லா இருக்காங்க”

“அண்ணனை எனக்குத் தெரியும். காசிம்பாய்னு சொன்னா தெரியும். நான் ஏதாச்சும் செய்யனுங்களா?”

“இல்லீங்க”

“நான் வரங்க”

அவர் போன பிறகு, என் பாக்கெட்டைத் திறந்து, அதை வெளியே எடுத்தேன். ஒரு சாக்லெட். ஒஸ்தி சாக்லெட். அம்மா, முந்தானை முடிச்சைத் திறந்து ஓதியவர்க்கு காசு போட்டது

“அம்மா கவலைப்பட வேணாம். ஜுரம் சாயங்காலத்துக்குள்ளே ஓடிப் போயிடும்” என்றார் தீர்க்கமாக. அம்மாவுக்கு ரொம்ப சந்தோஷமாக இருந்தது. என்னால் அதைக் கண்டுபிடிக்க முடியும். நாங்கள் வீடு திரும்பினோம். புற்று மாரியம்மன், அந்தோணியார், மசூதிவாசல், மூன்று இடத்துக்கும் போய்த் திரும்பி வரும்போதுதான் அந்த நிகழ்ச்சி நடக்கும். எனக்கானது அது. நான் எதிர்பார்த்துக்கொண்டிருக்கும் நிகழ்ச்சி அது. மசூதி தெருவுக்குப் பக்கத்திலும், பாரதி வீதிக்கும் நடுவில் இருக்கும் பாயம்மா, வீட்டுக்கு நாங்கள் போவோம். பாயம்மா ரொம்ப நாளுக்கு முன் எங்கள் வீட்டில் குடி இருந்ததாக அம்மா சொன்னது எனக்கு இப்போதும் ஞாபகத்துக்கு இருந்தது. தன் பழைய சினேகிதியைப் பார்த்தாற்போலவும், எனக்குத் தின்பண்டம் வாங்கித் தந்ததாகவும் இருக்கும். அருகாமையிலேயே அந்தக் கூரை வீடு இருந்தது. அம்மா வாசலில் நின்று, “பாயம்மா” என்று குரல் கொடுத்தது. சற்று நேரம் கழித்து பதில் வந்தது.

“ஆரு?”

“நான்தான் பார்வதி”

“அட வாங்க...” என்றபடி சாக்குப் படுதாவை நீக்கிக்கொண்டு பாயம்மா தலையை நீட்டியது.

நாங்கள் உள்ளே போனோம். பாயம்மா துணியை விரித்து எங்களை உட்கார வைத்தது. பாயம்மாவும் அம்மாவும் பேசிக்கொண்டிருந்தார்கள். தம்பியும் சுரம் நீங்கினாற்போல,

சிரித்து விளையாடினான். நான் எதிர்பார்த்துக்கொண்டிருந்த நேரமும் வந்தது. பாயம்மா முறுக்கு, எள்ளடைகளை தாளில் சுற்றி, என் கைக்குள் திணித்தது. எங்களுக்கு டீ போட்டுக் கொடுத்தது.

"யாசுமின் சுகம்தானே?" என்று கேட்டது அம்மா.

"பள்ளிக்கூடம் போயிருக்கா. நல்லா இருக்கா."

"வீட்டுக்கு ஒருக்கா வரச் சொல்லுங்க"

"சரி"

"இதுக்கு என்ன காசு?"

"இருக்கட்டும்"

"எண்ணெயும் அரிசியும் சும்மாவா வருது"

அம்மா கொடுத்த காசை பாயம்மா வாங்கிக் கொடது. நான் முறுக்கைத் தின்றுகொண்டே அம்மாவுடன் வீடு திரும்பினேன். வீட்டில், அப்பா புறப்பட ரெடியாக இருந்தார். அம்மா அப்பாவுக்கு காபி போட்டு தானும் குடித்தது.

அப்பா, தம்பி நெற்றியிலும் தலை உச்சியிலும் கை வைத்துப் பார்த்தார்.

"சுரம் விட்டிருக்கு"

"சுரம் இறங்கி இருக்கு."

"இருக்கட்டும். தொக்தர் வீட்டுக்குப் போய்ட்டு வந்துடுவோம்"

"அப்பா நானும் வர்றேன்" என்றேன்.

"சரி வா."

நாங்கள் ரிக்ஷாவில் புறப்பட்டோம். கடைத் தெருவைத் தாண்டி, மிஷன் வீதியில் டாக்டரின் வீடு இருந்தது. தொக்தர் அப்பாவை வரவேற்றார்.

"உட்காருங்க"

அப்பா உட்கார, நாங்கள் நின்றோம். டாக்டரின் அறை எனக்கு ஓர் ஆச்சர்யம். எத்தனை விதமான, எத்தனை வண்ணமான, எத்தனை அளவிலான மாத்திரைகள், மேசை முழுக்க மாத்திரை மருந்துகள், தண்ணி மருந்துகள் அலமாரி முழுதும்.

"அப்புறம், முசியே ராஜாங்கம், சௌக்யம் எப்படி?"

"நல்லா இருக்கேன், தொக்தர். குழந்தைகளுக்குத்தான் காலைலே இருந்து ஜுரம்"

வெள்ளைத் தலை, வெள்ளை சட்டை, வெள்ளை பேன்ட் என்று வெள்ளையாக இருந்தார் தொக்தர். அவர் தம்பியை பரிசோதனை செய்தார். கண்ணைப் பிதுக்கிப் பார்த்தார். காதில் எதையோ அடைத்துக்கொண்டு தம்பியின் மேலே வைத்தார். தம்பி அதைப் பிடித்து இழுத்துக் குறும்புகள் எல்லாம் செய்தான்.

தொக்தர், சின்ன நோட்புக்கில் பொசியோன்* எழுதிக் கொடுத்தார். தொக்தர் ரொம்ப பெரியவர் என்று அப்பா சொல்வதுண்டு. எந்த வியாதியானாலும், தொக்தர் ரங்கநாதன் "பொசியோன்"தான் எழுதிக் கொடுப்பார். ரெண்டு வேளை சாப்பிட்டால் போதும். ஜுரம் பறந்து போய்விடும், என்பார் அப்பா.

* பொசியோன் - தண்ணீர் மருந்து, மிக்சர்.

அப்புறம் அப்பாவும் தொக்தரும் ஊர் அரசியல் பேசிக் கொள்வார்கள். அம்மாவும் நானும் வெளியே நாற்காலியில் அமர்ந்து கொண்டிருப்போம். நவசக்தி பேப்பர் போட்டிருக்கும். அதை அம்மா படித்துக்கொண்டிருக்கும். தம்பி, பேப்பரை இழுத்துக் கிழித்துக்கொண்டிருப்பான். அப்பா வந்ததும் புறப்படுவோம். மருந்துக் கடையில் பொசியோன் வாங்கிக்கொண்டு திரும்புவோம்.

மறுநாள் காலையில் தம்பியின் ஜுரம் விட்டிருக்கும். தம்பி விளையாடிக்கொண்டிருப்பான்.

"எல்லாம் அந்த புற்று மாரியாத்தா கருணைதான். நம் கையில் என்ன இருக்கு" என்றும், "அந்தோணியார் எப்பவும் கைவிட மாட்டார்" என்றும், "அல்லாசாமி சும்மா சொல்லக்கூடாது" என்றும், "நம்ம குடும்ப டாக்டர் கைராசிக்காரரப்பா" என்றும் மாற்றி மாற்றிச் சொல்லிக்கொண்டிருக்கும்.

வாசலில் ஸ்கூட்டரை நிறுத்தி விட்டுப் பூட்டினேன். படபடப்பாக வந்தது. அழைப்பு மணியை அழுத்தி, கதவு திறக்கும்வரை காத்திருப்பதுகூட எனக்கு முடியாததாக இருந்தது.

சுமதி கதவைத் திறந்ததும், "இங்கே பிரச்சினை ஒன்றும் இல்லையே" என்றேன். அவள் புருவம் மேலேற "என்ன பிரச்சினை?" என்றாள். "எங்க அலுவலகத்துல கல்வீச்சு நடந்துச்சு. ரகளை. நம்ம தெருவில் ஒன்றும் இல்லையே..."

"இல்லை" எனக்குப் படபடப்பு அடங்கியது.

"குழந்தைக்கு எப்படி இருக்கு. புறப்படேன், டாக்டர் வீட்டுக்குப் போயிட்டு வந்துடலாம்."

"மத்தியானம் ஜுரம் விட்டுடுச்சு. அத்தை குழந்தையைத் தூக்கிக்கிட்டு புற்று மாரியம்மன், அந்தோணியார், மசூதி கோயிலுக்கு போயிருந்தாங்க. எதுக்கு அத்தைன்னு சொன்னேன். அவங்க கேட்டாதானே..."

அம்மா என்னையும் தம்பியையும் தூக்கிக்கொண்டு கோயிலுக்குப் போனது நினைவுக்கு வந்தது.

"பரவாயில்லை. பகுத்தறிவு முக்கியம். அம்மா அதைவிட முக்கியம்... வரட்டும் போவோம்."

சுமதியும் நானும் காபி சாப்பிட்டுக்கொண்டிருக்கையில் அம்மா திரும்பி வந்தது. குழந்தையின் நெற்றி நிறைய விபூதி அப்பிக் கிடந்தது.

"தெருவில், தகராறு ஒன்றும் இல்லையாம்மா?"

களைப்பில் "ஈஸ்வரி" என்றபடி சோபாவில் உட்கார்ந்தது அம்மா.

சுமதி கொடுத்த காபியைக் குடித்தபடி "என்ன தகராறுப்பா" என்றது. நான் சொன்னேன்.

"அதைச் சொல்றியா? போக்கத்த, பைத்தியக்காரப் பசங்க. வர்ற வழியில பாயம்மாவைப் பார்க்கப் போயிருந்தேன். கதவைத் திறக்கவே பயந்து கிடக்கு. பாவம், தனியா இருக்கிற பொம்பளை. ஆயிஷாவும் வேற இருக்கா. வீட்டுக்காரரோ துபாயில இருக்கார். என்ன வாச்சும் ஆகுமா அக்கான்னு கேட்டுச்சு. என்ன ஆகும். நாமென்ன தீவிலயா இருக்கோம். மனுசங்க மத்தியிலதானே இருக்கோம். ராத்திரி துணைக்கு நான் வந்து இருக்கேன்னுட்டு வந்திருக்கேன். நான் சித்தே இருந்துட்டு ஏழு மணிக்கா புறப்படறேன். நீ டாக்டர் வீட்டுக்கு புறப்படு" என்றது அம்மா.

"நீ எதுக்கும்மா தனியா, அதுவும் ராத்திரிக்கு அங்கே போகணும்?"

"இந்த நேரத்துலதானே நாம துணையா இருக்கோணும்"

அம்மா புறப்பட ஆயத்தம் செய்துகொண்டிருந்தது.

1995

பாயம்மா

அரவம் கேட்டு கண் விழித்தாள் பாயம்மா. சிம்னி விளக்கு வெளிச்சத்தல் யாசுமின், அடுப்படியில் டீ போட்டுக்கொண்டிருந்தது தெரிந்தது. முந்தின இரவு உறக்கம் வர, வெகு நேரம் பிடித்தது அவளுக்கு. சற்றுக் கண்ணயர்ந்து விட்டாள். அவளை முந்திக்கொண்டாள் யாசுமின்.

படுக்கையை விட்டு எழு முன், ஒரு நாளும் ஒவ்வொரு நாளும் அவள் சொல்லும் அந்தக் காலைப் பிரார்த்தனையைச் சொல்ல முற்பட்டாள். "யாரசூல், இன்றைய தினத்தை நல்ல நாளாக்கு, என் குட்டி யாசுமீனாளுக்கு நல்ல வழிகாட்டு, சடுதியில்" இவ்வளவுதான் அதுக்கு மேலும் கடவுளிடம் கேட்க அவளுக்கு ஒன்றும் இல்லை. எழுந்து, பாயைச் சுற்றிக் கட்டிலுக்கு அடியில் தள்ளினாள். அடுப்பறைக்கு வந்தாள்.

"மோளே... இன்னும் விடியக்காணமே. அதுக்குள்ளாக எழுந்தது என்னத்துக்கு. கொஞ் சம்போல உறங்கு. நான் எழுப்பித் தாரேன்" என்றாள், வாஞ்சையோடு.

"இருக்கட்டும், எழுந்தாச்சு... இன்னமும் உறக்கம் வராது. டீயை குடிப்போம்"

இரண்டு அலுமினிய டம்ளர்களில் டீயை வார்த்து ஒன்றை அம்மாவிடம் கொடுத்து, ஒன்றைத் தானும் எடுத்துக்கொண்டு வெளித் திண்ணைக்கு வந்தாள் யாசுமின். உடன் வந்த பாயம்மா மகளுக்கு முன், திண்ணையில் அமர்ந்துகொண்டாள்.

யாசுமின் அரிசி நிறைந்த பானை மாதிரி பூரித்து இருந்தாள். வரும் யானை மாதத்தில் அவள் வயசு இருபது நிறைந்து விடும். அதற்குள் அவளுக்குக் கல்யாணம்கூட வர வேணுமே... அல்லாவே... மனசுக்குள், குட்டிப் பூனை மாதிரி முட்டிக்கொண்டு தனக்குள் ஆழ்ந்திருந்தாள் பாயம்மா. மேற்குத் தெரு பள்ளிவாசலில் இருந்து பாங்கோசை எழுந்தது. தன்னை அறியாமல் அவள் முக்காட்டை எடுத்து தலையை மூடிக்கொண்டாள்.

உள்ளே கயிற்றுக் கட்டிலில், போர்த்திக்கொண்டு உறங்கிக்கொண்டிருந்தான் ரஷீது. புரண்டு படுத்தான். மகனைக் கண்டதும் அவள் மனம் இளகியது. காலை, எட்டு மணிக்குப் புறப்படுகிறவன், ராத்திரி கடை கட்டிக்கொண்டு, வீடு திரும்ப பத்து, பதினொன்று ஆகிவிடுகிறது. மாடாய் உழைக்கிறான். எல்லாம் சரியாக இருந்தால் யாசுமீனுக்கு அடுத்தபடியாக அவனுக்கும் 'நிக்காவை' முடித்துவிட வேண்டியதுதான்.

"என்ன ரொசனை?" என்றாள், யாசுமின் அம்மாவைப் பார்த்து.

"எனக்கு நீங்கள் ரெண்டு பேரையும் விட்டால், வேறு என்ன யோசனை? உனக்கு, வர்ற யானை மாசத்துக்குள் நிக்காவை முடிக்க வேணும்..."

"சித்தே சும்மா இரு... காலங் காலத்தாலே... நிக்காகு... மவுத்துன்னிட்டு..."

"அடீ... துக்கிரியாட்டம் பேசவேண்டாம். பொண்ணு கல்யாணம் அன்னியில, நான் வேறு என்னத்தைப் பேசணுமாம்?"

யாசுமின் எழுந்தாள்.

"ஆடு கத்திக்கிட்டு இருக்கு. ரெண்டு தழை ஒடிச்சுப் போடு. நான் ரஷீதுக்கு ரொட்டி சுடனுமாக்கும்" அச்சானியமாக, இந்தப் பெண் காலையில் இப்படிப் பேசியமைக்காக பாயம்மாவின் மனம், வருத்தமுற்றது. ஆடு கட்டியிருந்த மரத்தடிக்கு வந்தாள். அவளைக் கண்டு, தாயாடும் குட்டியாடும் பேய் கணக்காகக் கத்தின.

"சைத்தான் மக்களா! ஏன் இப்படிக் கத்தி என் உயிரை வாங்கிறியள்?" என்றபடி, தழைகளை உடைத்துப் போட்டாள்.

"கொஞ்சம் விடியட்டும். அவிழ்த்து விடறேன். அதுக்குள்ளாயும், பள்ளம், குளத்துல விழுந்து காலை, கீலை

உடைச்சுட்டா என்ன பண்ணுவேன் நான்?" என்று தாயாட்டைப் பார்த்துக் கேட்டாள். பாயம்மா. அது, "மே... மே..." என்றது. அதைப் புரிந்துகொண்டவளாக, "ஓகோ... உனக்கு வழி தெரியும்னா சொல்றே. அவ்வளவு தூரத்துக்குப் பெரியவளாயிட்டியாக்கும். உனக்குப் பிரசவம் பார்த்தவளே, நானாக்கும் தெரிஞ்சுக்கோ. நூத்துக்கிழவி கணக்கா என்னண்டேயே சதாய்க்கிறியே!" என்று நீட்டி முழக்கினாள் பாயம்மா.

அடுப்பில் ரொட்டி சுட, தோசைக் கல்லை வைத்த யாசுமினுக்குச் சிரிப்பு வந்தது. அம்மாவுக்குத்தான் எத்தனை பாஷைகள் அத்துப்படியாகி இருந்தன. ஆடுகளோடு, மாடுகள், காக்காய்கள், மைனாக்கள், மரங்கொத்திகள், ராத்திரிகளில் அலரும் ஆந்தைகள் என்று எல்லாவற்றோடும் அம்மா, உரையாடுவது ஆச்சரியம்தான்.

ரஷீது உண்டு முடித்தான். கொடியில் இருந்த கைலியை எடுத்துக் கட்டிக்கொண்டான். ஆணியில் இருந்த சட்டையை எடுத்து, மூட்டைப் பூச்சியைத் தவிர்க்க உதறிக்கொண்டான். உதறிய உதறலில் சட்டையிலிருந்த பீடி கீழே விழுந்தது. அம்மா பார்ப்பதற்கு முன் சட்டெனக் குனிந்து, அதை எடுத்துப் பையில் போட்டுக்கொண்டான். பாயம்மா அதைப் பார்க்கத்தான் செய்தாள். சட்டெனத் தலையைத் திருப்பிக்கொண்டாள். வளர்ந்த பையன் அப்படியும், இப்படியுமாகத்தான் இருக்கும். இந்தக் காலத்துப் பையன்கள்.

ரஷீது, புறப்பட்டான். திண்ணைக்கு வந்தான்.
"மோனே!"
"என்னம்மா?"
"உன் தங்கைக்கு வயசு ஏறிக்கிட்டு இருக்குப்பா... வர்ற யானை மாசத்துக்குள்ளே, நிக்காவே முடிச்சுட்டா, நல்லது. மோனே. கூரை ஒழுகுது. அதை மாத்தோணும், கைச் செலவுக்குப் பணம் வேணும். மாப்பிள்ளை வீட்டுல நெருக்குறாக. நேற்றுகூட அந்த அகமது அண்ணன், கேட்டுட்டாக, பதிலைச் சொல்லாமே இருந்தா நல்லதா! நீ ரோசிக்கணும்."

"முதலாளிக்கிட்டே சந்தர்ப்பம் அறிஞ்சு பேசணும்மா. பார்க்கலாம், நிக்காவை முடிச்சுடலாம், சீக்கிரமே"

"அதோட, உனக்கும் வயசு ஏறுது. உனக்கும் பண்ணி வச்சுட்டா எனக்கு நிம்மதியாப் பூடும்."

பிரபஞ்சன் | 121

“எனக்கென்ன அவசரம்?” என்றபடி, பூவரச மரத்தின் கீழ் நிறுத்தி இருந்த சைக்கிளை எடுத்துக்கொண்டு கிளம்பினான். ரஷீத் அவன் கடைக்குச் சென்று சேர்வதற்கும், முதலாளி வருவதற்கும் சரியாக இருந்தது. முதலாளியைக் கண்டதும், மடித்துக் கட்டி இருந்த கைலியை இறக்கி விட்டுக்கொண்டான். ரஷீது. மற்ற ஆட்களும் பவ்யமாக விலகி நின்று முதலாளிக்கு வழி விட்டனர். கதவை மூன்று முறை தட்டி விட்டு திறந்தார் முதலாளி. ரஷீது கடை வாசலைத் தொட்டுக் கும்பிட்டுக்கொண்டு உள்ளே நுழைந்தான். தன் செக்‌ஷனான மோதிரங்கள் பகுதியில் போய் நின்றுகொண்டான்.

வாடிக்கையாளர்கள் ஒருவர் பின் ஒருவராக வரத் தொடங்கினார்கள். நகரத்தில் பிரபலமான நகைக்கடை அது. எந்நேரமும் கும்பல் வழியும். ரஷீதுக்கு ரொம்ப ஆச்சர்யம். மனுஷர்கள், உப்பு, புளி, அரிசி வாங்குவது மாதிரி நகைகள் வாங்குகிறார்களே! அதுவும் காத்திருந்து, கடை திறந்தவுடனேயே அடித்துப் பிடித்துக்கொண்டு உள்ளே நுழைந்து... பணம் அந்த அளவுக்கு மக்களிடம் கொட்டிக் கிடக்கிறது.

அவனுக்கு முன்னால் வந்து நின்ற மனிதர்களின் விரல்கள் ஒல்லி, பருமன், நீளம், குட்டை எல்லாவற்றிலும் மோதிரங்கள் அணிவிக்கப்படுகின்றன. மோதிரம் அழகின் வெளிப்பாடு மட்டும் தானா? பணப் பகட்டும் அளவுகோலும் அதுதான்.

சிவப்பிரகாசம் அவனை அழைத்தார். முதலாளியின் தனி அறைக்கு அவன் சென்றான்.

“உன் செக்‌ஷன்லே ஆட்கள் அதிகமா, ரஷீத்”

“இல்லீங்க அய்யா, பரசுராமன் “அட்டெண்ட்” பண்ணிக்கிட்டு இருக்கார்.”

“சரி, இந்தப் பணத்தை எண்ணி, பத்தாயிரம், பத்தாயிரமா கட்டு. இன்னிக்கு ஒரு பார்ட்டிக்குப் பணம் தர்றேன்னு சொல்லியிருக்கேன். நாணயத்தைக் காப்பாற்றணும்” என்றபடி, அவன் முன் ஒரு சின்ன பண நோட்டு மலையைக் குவித்தார் சிவப்பிரகாசம்.

“சாவகாசமா எண்ணு. ரெண்டு லட்சத்தை மட்டும் சூட்கேசில் வை. மற்றதை இந்தக் கலயத்துக்குள்ளே தள்ளிடு” என்றபடி அந்தப் பகுதியைக் காட்டினார் அவர். அது அவர்

நாற்காலிக்குப் பின்னால் இருந்த, ஒரு அறை. சட்டென்று யாராலும் கண்டுபிடிக்க முடியாத அறை அது. அதற்குள் வெடித்த பட்டாசுத் துணுக்குகள், மாதிரி குவியல் குவியலாக கிடந்தன நோட்டுகள்.

“அப்புறம், இன்னொரு நாளைக்கு, இந்த நோட்டுகளையும் கட்டி வைக்கணும். சரி, நான் ஸ்கூல் வரைக்கும் போய் வர்றேன். பிரின்ஸ்பல் மேடம் வரச் சொல்லி இருக்காங்க. டொனேஷன் எதிர் பார்க்கிறாங்கபோல. வரட்டுமா. பையனைக் கூப்பிட்டு டீ சொல்லிச் சாப்பிட்டுக்கோ” என்றபடி, அந்தத் தனியறையில் ரஷீதை வைத்துவிட்டு அகன்றார் சிவப்பிரகாசம்.

அறைக் கதவு தன்னால் சாத்திக்கொண்டது. சிவப்பிரகாசம் அவன் மேல் வைத்த நம்பிக்கை, அவனைக் கிளர்ச்சி அடையச் செய்தது. இவரிடம் அவன் வேலைக்கு அமர்ந்து மூன்று ஆண்டுகள் முடிந்துவிட்டன. ஒரு சூப்பர்வைசர் அளவுக்கு அவனை உயர்த்தியவர் அவர். ஒவ்வோர் உணவு இடைவேளையின்போதும், எல்லா ஊழியர்களும் பரிசோதிக்கப்படுவார்கள். ரஷீதுக்குச் சோதனை வேண்டாம் என்றவர், சிவப்பிரகாசம் வங்கிக்குச் சென்று பணம் போடுவது முதல், பணம் எடுப்பது வரையிலான சகல பொறுப்புகளையும் அவனிடம் தந்தவர் சிவப்பிரகாசம். எல்லாம் ஒன்றன் பின் ஒன்றாக அவன் நினைவில் வந்து போகத்தான் செய்தன.

அரைமணியில் வேலை முடிந்தது. இரண்டு லட்சங்களைத் தனியாக சூட்கேசில் வைத்தான். மற்றதைக் கவயத்துக்குள் தள்ளினான். ஐநூறு, ஆயிரம் நோட்டுகளாக ஐம்பதாயிரம் ரூபாயை மட்டும் எடுத்து தன் பனியனுக்குள் போட்டுக் கைலியை இறுக்கமாக முடிந்துக்கொண்டு வெளியே வந்தான். சட்டை உப்பிக்கொண்டிருந்தது. மோதிரம் செக்ஷனுக்குத் திரும்பினான், ரஷீத். பரசுராமன், “இன்னா விஷயம்பா!” என்றான்.

“நோட்டு எண்ணச் சொன்னார் முதலாளி”

“ஒன்னு ரெண்டை உருவு. தெரியவா போகுது சொட்டைத் தலைக்கு?”

“சீச்சீ...” என்றான் ரஷீத்.

முதலாளி திரும்பினார். தன் தனி அறைக்குள் சென்றார். மனம் கிடந்து அடித்துக்கொண்டது ரஷீதுக்கு. தப்பு செய்கிறவன்

இருதயம், வித்தியாசமாகத் துடிக்கும் போலும். தனக்கு அழைப்பு வரும் என்று எதிர்பார்த்தான். மானேஜர் மட்டும் கண்ணாடிக் கதவைத் திறந்துகொண்டு, தனியறைக்குள் சென்றார். சற்று நேரம் கழித்து, இருவருமே வெளியே வந்தார்கள். முதலாளி, புறப்பட்டுச் சென்றார். பெட்டியுடன் வழி அனுப்பிவிட்டு வந்த மானேஜரிடம் “அண்ணே, முதலாளி ஏதாச்சும் சொன்னாங்களா?” என்றான்

“ஒன்றும் சொல்லலையே... மதுரை போறதாகச் சொன்னாக” என்றார் அவர்.

நிம்மதியாக இருந்தது அவனுக்கு.

“வயிறு சரியில்லை அண்ணே. அரை நாள் லீவு வேணும்.”

“பரசுராமன் கிட்டே, கணக்கை ஒப்படைச்சுட்டுப் போ...” என்றார் மானேஜர். கணக்கை எழுதிக் கொடுத்துவிட்டு சைக்கிளை எடுத்துக்கொண்டு புறப்பட்டான் ரஷீது.

மறுநாள் ஆபீசுக்கு வருகையில் வேலையாட்கள் முகத்தில் சவக்களை இருந்தது. கண்ணாடியைக் துடைத்துக்கொண்டிருந்த அப்துல்லாவிடம், “:என்ன விஷயம்?” என்றான்.

“பரசுராமன், நாலு மோதிரத்தை, ஜட்டிக்குள்ளே வச்சிக் கடத்திட்டாரு. மாட்டிக்கிட்டாரு. மானேஜர், கேள்வி கேட்டுக்கிட்டு இருக்கிறபோதே, ஓடிட்டாரு. போலீசு, தேடிப் போயிருக்கு. இன்னிக்கு எல்லாரையும் போலீஸ் விசாரிக்க வர்றானுங்களாம்.”

ரஷீது, சந்தோஷப்பட்டான். முதலாளி கவனம், சுத்தமாக அவன் பக்கம் திரும்ப நியாயம் இல்லை. புறப்படும்போது, அவன் ஒழுங்காகக் கணக்கைப் பரசுராமனிடம் ஒப்புக் கொடுத்திருந்தான். கவலையே இல்லை. வேலைக்குச் சேர்ந்த புதிதில், ஏதோ சின்னத் தப்புக்கு கழுத்தில் அறைந்தவன் பரசுராமன் ஒழியட்டும்.

உலகம் கெட்டுப் போய்விட்டது என்று நினைத்துக் கொண்டாள் பாயம்மா. இல்லையென்றால் இந்த வெயில் காலத்தில் மழை பெய்யுமா? பெய்தது. காலையிலே இருந்து மப்பும் மந்தாரமுமாக இருந்தது. மதியம், மழை கொட்டத் தொடங்கியது. அதுவும் ரஷீது படுக்கிற கட்டிலுக்கு மேல். பாவம் களைத்து வரும் குழந்தை படுக்கை நனைந்து விட்டால் என்ன ஆவது? ஏதேனும் செய்ய வேண்டுமே என்று நினைத்தாள். கட்டிலுக்கு எதிரில் வாப்பா செய்து போட்ட அலமாரி, குட்டை

அலமாரி. அது மட்டும் நனையாமல் இருந்தது. அலமாரியை நகர்த்தி வைத்து விட்டால், படுக்கையைக் காப்பாற்றலாம் என்று தோன்றியது பாயம்மாவுக்கு. நகர்த்தினாள், முடியவில்லை. கொஞ்சம் சிரமப்பட்டு முயன்றாள். முடியவில்லை. அலமாரியில் அடர்த்தியாகி இருந்த பொருள்களைக் கீழிறக்கி வைத்துவிட்டு, அதை நகர்த்த முடியும் என்று அவளது அறிவு சொன்னது. ஒவ்வொன்றாய் எடுத்துக் கீழே வைத்தாள். மேல் தட்டில் ரஷீதின் சட்டைத் துணிமணிகள். இரண்டாவதில் யாசுமின் ஆடைகள், கீழ்தட்டில் சில கிழிசல்கள் மற்றும் அவளது துணிகள். அலமாரியை இப்போது நகர்த்த முடிந்தது. அலமாரிக்கும், கீழே கல் ஒன்று சற்று மேலெழும்பி இருந்தது. அது அப்படி இருக்கக் காரணம் இல்லை. கல்லைப் பெயர்த்தாள். கல்லின் அடியில், பச்சை உறையில் சுற்றப்பட்ட ஒரு கட்டு, கட்டைப் பிரித்தாள். நோட்டுக்கள்.

சப்இன்ஸ்பெக்டர் ராஜகோபாலன் ரொம்ப சந்தோஷமாக இருந்தார். மதியம், ஒரு பார்ட்டி. மாமூல்காரன், கால் புட்டியும், தேவா ஓட்டலிலிருந்து அருமையான கோழி பிரியாணியும் வாங்கித் தந்திருந்தான். ருசித்தும் குடித்தும் தன் இருக்கைக்கு வந்திருந்தார். மாமூல் பார்ட்டி வாங்கிக்கொடுத்த 'கிங்ஸ்' சிகரெட்டைப் பற்ற வைத்துப் புகையை வெளியே விட்டார். அந்த நேரம் அவர் முன் ஒரு கிழவி வந்து நின்றாள்.

அவர் முன், பச்சைக் காகிதத்தில் சுற்றப்பட்ட நோட்டுக் கத்தையை வைத்தாள் பாயம்மா. ராஜகோபாலோ அதிர்ச்சியடைந்தார்.

"இது எங்க வீட்டுல கிடைச்ச பணம் அய்யா. புதைச்சு வைக்கப்பட்ட பணம். என் மகன் ரஷீதுதான், இந்தப் பணத்தை ஒளிச்சு வைச்சிருக்கணும். இவ்ளோ பணம், அவனுக்குத் தப்பு வழியில்தான் வந்திருக்கணும். அவன் முதலாளியைக் கேளுங்க"

ராஜகோபாலன், விவரங்களைக் கேட்டறிந்தார். முதலாளிக்குப் போன் செய்தார். சில நிமிஷங்களில் முதலாளி வந்து சேர்ந்தார். நோட்டைப் பார்த்தார். தம் பணமாக இருக்கலாம் என்று சந்தேகமாகச் சொன்னார். ரஷீது வரவழைக்கப்பட்டான். போலீஸ் நிலையத்தில் முதலாளியைப் பார்த்ததும் அவன் கை கால் நடுங்கின.

"இவன் ரொம்ப நல்ல பையன், ராஜகோபாலன், இந்தக் காரியத்தை அவன் செய்யமாட்டான்."

ரஷீது அழுதான். கணக்கில் வராத பணம் என்பதால் திருடினேன் என்று ஒப்புக்கொண்டான். கூரை மாற்ற, தங்கை கல்யாணம் முடிக்க... என்று காரணங்களை அடுக்கினான்.

ராஜகோபாலன், தன் பங்குக்கு நாலு அறை அறைந்தார்.

"நான் வழக்கு கொடுக்கலை. விட்டுவிடுங்கள்" என்றார் சிவப்பிரகாசம். குனிந்த தலையுடன் அமர்ந்திருந்தாள் பாயம்மா. முகம் மட்டும் வெளியே தெரிந்தது. தாரை தாரையாக அவள் கண்களில் இருந்து கண்ணீர் வழிந்தபடி இருந்தது.

பாயம்மா படுத்துக்கிடந்தாள். அவளுக்கு ஒரு வாரமாகவே சோறு செல்லவில்லை. "மனவிசாரம்"; என்றார் வைத்தியர். யாசுமின், அம்மைக்கு டீ போட்டுக்கொண்டிருந்தாள். அந்த நேரத்தில் முதலாளி காரில் வந்து சேர்ந்தார். முதலாளியைப் பார்த்ததும் எழுந்து போர்த்திக்கொண்டாள்.

"ஏட்டி... முதலாளிக்குத் தடுக்கு போடு."

தடுக்கில் அமர்ந்தார் முதலாளி.

"பாயம்மாவுக்கு மனசு சங்கடமாகத்தான் இருக்கும். ரஷீது திருந்திட்டான். மனசார மன்னிப்புக் கேட்டுக்கிட்டான். வேலையும் ஒழுங்காக செய்கிறான். அப்புறம் என்ன பாயம்மா நடந்ததை மறந்திட வேண்டியதுதானே.?"

பாயம்மா சிரமப்பட்டுப் பேசினாள்.

"முதலாளிக்கு ரொம்பப் பெரிய மனசு"

"அதொன்றும் இல்லை. மனுஷன் தவறுறது சகஜம். மறந்துடுங்க" முதலாளி அந்த அம்மாவுக்கு முன், ஒரு கட்டு வைத்தார்.

"என்னங்க முதலாளி?"

"கொஞ்சம் பணம். கூரையை மாத்துங்க. பாப்பா கல்யாணத்தை முடியுங்கோ..."

பாயம்மா அவரை ஆச்சர்யமுடன் பார்த்தாள்.

"எதுக்கு? வேணாம் முதலாளி. ரஷீதை ஆதரிக்கறதே பெரிசு"

"இருக்கட்டும், உங்க நல்ல குணத்துக்காக"

"அது என்ன அதிசயம். அல்லாவுக்கு முன்னால, நாம் அப்படித்தானே இருக்கணும்"

"இருப்பாங்க எத்தனை பேர்? ரொம்பக் கொஞ்சம் பேர்தானே? போகட்டும். பாப்பா கல்யாணத்தை இதை வச்சு முடியுங்க"

"வேணாம் முதலாளி. நல்ல காரியம், நல்ல வழியாத்தான் வரணும். என் மவன், உழைச்சு சம்பாரிச்சு அவன் தங்கை கடமையைச் செய்வான், மன்னிக்கோணும்."

கடைசி வரை, பாயம்மா, அந்தப் பணத்தை வாங்கவில்லை.

1995

பிணையாழி

வடக்குத் திசையைப் பார்த்தது, தங்கம். வானம் வெள்ளையாக, சுவர்ச் சுண்ணாம்பு மாதிரி காட்சியளித்தது. வானம் திடுமெனக் கலங்கியது. அதன் கண்களுக்கு மோதிரம்போல ஒரு கருவட்டம். எங்கிருந்து வந்தது இந்த ஒற்றை மேகம் எனத் தெரியவில்லை. ஒரு புள்ளியாய் ஆரம்பித்தது, நீரோடையாக நீண்டு, அதன் பின், ஒரு பூமாலைபோல சுருண்டு, இப்போது பெரிய மோதிரம்போல தன் வாலைத் தின்னும் பாம்பின் தலை மாதிரி சுருண்டுகொண்டது.

தங்கசாமி, வெகு நேரமாக மேதிசையை வானத்தைப் பார்த்துக்கொண்டே நின்றிருந்தது. முட்டிவரை ஜலத்தில் நின்றிருந்தது அது. வராக நதியின் நீரோட்டம்கூட ஸ்தம்பித்துக்கொண்டிருந்தது. காலை ஸ்நானத்துக்கு எப்போது வந்து நின்றாலும், காலை மொத்தி மொத்தி லேசாகக் கடித்து விளையாடும் மீன்கள்கூட, இன்று தங்கத்தை ஒன்றும் செய்யவில்லை.

மோதிர வட்டத்தைக் கண்டு தங்கம், தனக்குள் சிரித்துக்கொண்டு, "பிணையாழி விட்டவர்க்குக் கணையாழி தோன்றும் என்றது. வானத்துக் கணையாழி அரை நாழிகை நேரம் அவருக்குக் காட்சியளித்தது. பின்பு லேசாகக் கரைந்து, பஞ்சு மிட்டாய் மாதிரி பிசிறுண்டு, பின்பு கலைந்தே போனது.

ஆற்றிலிருந்து கரையேறியது தங்கம். துவைத்து உலரப் போட்டிருந்த அரை வேட்டி இன்னும் காய்ந்திருக்கவில்லை. காயட்டுமே என்று

கரைப்படியில் அமர்ந்தது. கோவணம், நீர் கோத்துக்கொண்டு அதீதமாகச் சில்லிட்டது. நிதானமாகக் கோவணத்தை அவிழ்த்துப் பிழிந்து, உதறி மீண்டும் கட்டிக்கொண்டது. பின்பு கரையில் அமர்ந்துகொண்டது.

கையைக் குவித்து, நமஸ்காரம் பண்ணிக்கொண்டது. எதிரே ஓடும், நாற்பது ஆண்டுகளாகத் தன் அழுக்கைப் போக்கின வராக நதிக்கு, கரை வேம்புக்கு, அமர்ந்திருக்கும் படிக்கல்லுக்கு, எதிரே, தென்னஞ்சோலைக்கு அந்தப் புறமாகத் தன் உச்சியைக் காட்டிக்கொண்டு நிற்கிற கோபுரத்துக்கு என்று எல்லாவற்றுக்கும் சேர்த்து நமஸ்காரம் பண்ணிக்கொண்டது மாதிரி இருந்தது, அந்தச் செய்கை.

இருள் பிரியப் பிரிய ஆற்றங்கரையில் ஜன சந்தடிகூடத் தொடங்கியது.

"யாரு! சாமியா... ஸ்நானம் ஆச்சா?" என்றது, வேப்பங்குச்சியை மென்று சுவைத்த வாய் ஒன்று. தங்கசாமி, குரல் வந்த திசையை நோக்கியது.

"ஸ்நானம் ஆச்சு! ஆனா அழுக்குத்தான் போகலை" என்றது சாமி.

"ஹே... ஹே..." என்று கெக்கலி கொட்டிச் சிரித்துக்கொண்டு அப்பால் போனது, வேப்பங்குச்சி ஆத்மா.

ஆச்சு! நாற்பது வருஷம். மனுஷ ஜீவனத்தில், ஒரு செம்பாதி, உலகம் எனும் தொங்கும் கனவின் வயசுக்கு, அது ஒரு அற்பக் காலச்சுவடு. கோடிக்கணக்கான வயசுகொண்ட மண் உருண்டைக்கு முன் எழுபதேகொண்ட இதை சதைப் பிண்டம் கணக்கு பார்ப்பதாவது?

ஊரின் கடைக்கோடியில், வராக நதிக்குத் தென்னண்டை, புறம் போக்கில் திடுமென எழுந்து நின்ற குடிசையைக் கண்டு, ஊர் முதலில் புருவம் தூக்கியது. பின்பு கொஞ்சம் கொஞ் சமாக, குடிசைக்கு வெளியே நின்றுகொண்டு வேவு பார்த்தது. முப்பது வயசும் நிறையாத ஒரு இளைஞன், தன்னந்தனியாக அங்கு குடி வந்திருக்கிறது ஆச்சரியமாகப் பேசியது ஊர். அப்புறம், தைரியசாலியாகத் தென்பட்ட ஒருவர் மெல்ல அந்த இளைஞனை அணுகி, "யார், என்ன தகவல்?" என்றெல்லாம் விசாரிக்கத் தொடங்கினார். பெயர் சிதம்பரம், ஊர் மணல் மேடு, தெரிஞ்சது ஒன்றும் இல்லை. வைத்தியம் கொஞ்சம் வரும். சாப்பாடு, கோயில் மடைப்பள்ளியில் உண்டைக் கட்டை. சமயங்களில்தானே பொங்கிக்கொண்டு சாப்பிட்டது.

சிதம்பரம், வீட்டுக்கு முன் தோட்டம் போட்டான். ஏதோ காய்கறித் தோட்டம் போடுகிறான் பயல் என்று நினைத்துக்கொண்டது ஊர். பிழைக்கத் தெரிந்தவன் என்றும், சொல்லிக்கொண்டார்கள். அப்புறம்தான் தெரிந்தது அவன் பெயர் விளங்காத பல பச்சிலைச் செடிகளை, ஆற்றுக்கு அந்தப் பக்கமாக இருந்துகொண்டு வந்து பதியம் போட்டான். கத்தை கத்தையாகச் செடிகளைக்கொண்டு வந்து வைத்துக்கொண்டு கஷாயம் போட்டான். இரவு நேரங்களில் அவன் கூரையின் மேலிருந்து புகை எழுந்தது. அது மணத்தது. ஊரின் வீட்டுக் கூரைகளையும் அந்த தூமப் புகை தழுவிப் போர்த்தியது. இரவு முழுக்க, அவன் என்னதான் பண்ணுகிறான் என்று ஊருக்குள் பேச்சு எழுந்தது. அவனைச் சுற்றிலும் கொத்து கொத்தாக இருட்டு வளையமிட்டு இருப்பதாக ஊர் பேசியது. இனம் விளங்க முடியாத மனுஷன் என்றது. அவன், விளங்க முடியாதவன் என்பதில், ஊருக்கு அந்தரங்கத்தில் மகிழ்ச்சி இருக்கவே செய்தது. அவனைப் பற்றிப் பேசுவதில் உற்சாகம் கண்டது.

அவன் தங்கம் செய்கிறான் என்றது. அவனிடமே வந்து கேட்டது.

"சுவாமி தங்கம் பண்ணுகிறீர்களாமே?" என்றார் ஊர் பெரியதனக்காரர்.

"இல்லை. இல்லவே இல்லை" என்றது சுவாமி.

"சாமி பொய் சொல்லப்படாது. உங்களுக்குத் தங்கம் பண்ணத் தெரியும்.

"தெரியும் சுவாமி, ஆனால் எனக்கு அது தேவையில்லையே. ஆனால் உங்களுக்குத் தங்கம் தட்டுப்படாது"

சிதம்பரம், அதற்குப் பிறகுதான் தங்கசாமி ஆகி, தங்கம் ஆகி, சாமியாகவும் ஆனது. அந்தக் காலத்தில்தான் ஒரு நாள் சாமி, ரோட்டு வழி போய்க்கொண்டிருக்கையில், பக்கத்தில் களத்து மேட்டில், ஒருத்தி குழந்தைக்குப் பால் கொடுத்துக்கொண்டிருப்பதைக் கண்டது. குழந்தை, முலைக் காம்பைப் பற்றி குவித்த உதடுகளை அடிக்கடி எடுத்து, வாயால் சுவாசித்ததைக் கண்டது. குழந்தை வாயால் சுவாசிப்பதாகக் கிட்டே நெருங்கி, குழந்தையை அவதானித்தது சாமி.

"குழந்தைக்கு என்ன பிராண தோஷமா? எத்தனை நாளாய்?"

“சாமி, இது பிறந்த நாளாய் இப்படித்தான் இருக்கு. ராத்திரியிலே குழந்தை மூச்சு விடப் படற கஷ்டத்தைப் பார்த்தா தொண்டைக்குள்ளே சோறு இறங்கமாட்டுது சாமி.”

சாமி எங்கேயோ, போய், ஒரு கொத்துத் தழை பறித்துக்கொண்டு வந்து குழந்தையின் வாயிலும் மூக்கிலும் பிழிந்தது. மூணு வேளை தேடி தேடிப் போய் வைத்தியம் பார்த்தது. குழந்தை தெளிவுப்பட்டு போனது. சுவாசதோஷம், நீங்கி, குழந்தையின் மேனியும் பளபளத்துச் சொர்ணம் மாதிரி ஜொலித்தது.

சாமிக்கு வைத்தியம் தெரியும் என்று ஊருக்கு ஊர்ஜிதம் ஆனது. அன்றைக்குத்தான்.

வேட்டி காய்ந்து விட்டிருந்தது. கோமணத்துக்கு மேலே சுற்றிக்கொண்டது சாமி. தெரு மண்ணில்கால் வைத்தது. ஈரப் பாதங்களில் மண் ஒட்டிக்கொண்டு, மிதியடி மாதிரி காணப்பட்டது. சாமி நடந்தது. ஒருமுறை மேதிசையில் தெரிந்த மோதிர வட்டத்தை நினைவு கூர்ந்து, “பிணையாழி விட்டவர்க்குக் கணையாழி தோன்றும்” என்று தனக்குள் சொல்லிக் கொண்டது. நேராக கிழக்கு நோக்கி நடந்தது. அம்மணிக் கிழவி, குடிசைக்கு எதிராகச் சுருண்டு கிடந்தது. அதன் கால்மாட்டில் போய் அமர்ந்துகொண்டது சாமி. கிழவி புரண்டு படுத்தது. தனக்கு முன் ஏதோ உருவம் தோன்றுவது பிரக்ஞைக்கு வர விழித்துப் பார்த்து, திடுக்கிட்டு எழுந்து அமர்ந்தது.

“என்னடா சேம்பரம்?”

“ஒன்றும் இல்லை தாயி. சும்மா உன்னைக் காணனும்னுதான்”

“ரவ்வோண்டு சோறுயிருக்கு, திங்கறயா?”

“இல்லைதாயி, இன்னிக்கு விரதம்”

“உனக்கு சோறுகூட இப்பல்லாம் தள்ளிப்போச்சு. இன்னிக்கு என்னடா ரொம்ப புதுசா இருக்கு உன் மூஞ்சி. தகதகன்னு பிரகாசிக்குதே?”

“உனக்குத் தெரியுதா தாயி?”

“உள்ளங்கை மண் உருண்டை மாதிரி தெளிவா தெரியுதடா குழந்தை”

"நீ கொடுத்து வச்சவ தாயி. உனக்குக் கண் இருக்கு" சாமி அமைதியாக அமர்ந்திருந்தது. பிறகு சொன்னது:

"இந்த ஊருக்கு நான் காலடி வச்சப்போ, எனக்கு முதல் முதல்லே சோறு போட்டு பசி ஆத்தினவ நீ..."

"அதுக்கு என்ன இப்போ?"

சாமி சிரித்தது.

"அடி சிரிக்கிறியே... உன் சிரிப்பு நல்லா இருக்குடா... கெண்டை திரும்பிப் பார்க்கிற மாதிரி இருக்கு. என்னடா அது. சுட்டு விரலாலே என்னமோ காத்துல எழுதிக்கிட்டிருக்கியே. என்ன?

"அப்படியா செய்றேன். ஒன்றும் இல்லை. சிவாய நமன்னு எழுதிக்கிட்டு இருக்கேன் போலிருக்கு"

வெயில் உறைத்தது.

"வாயேன், குடிசைக்குள்ளாற போவோம்."

"வெளியே போறவனுக்கு உள்ள எதுக்கு?"

"அடி செருப்பாலே... என்கிட்டயே அம்மாதிரிப் பேச்சு பேச ஆரம்பிச்சுட்டியா?"

சாமி சிரித்தது. சிரித்துக்கொண்டே இருந்தது. புரையேறும் வரைக்கும் சிரித்தது.

சிரித்து முடித்து, கிழவியைக் கையைக் குவித்து நமஸ்கரித்தது.

"என்னடா, இது புது மாதிரி?"

"இல்லை, ரொம்ப பழைய மாதிரி."

சாமி எழுந்தது.

"எங்கே போறே?"

"போறேம்மா..."

"முண்டம், போய்ட்டு வரேன்னு சொல்லு."

"எதுக்கு தாயி சும்மா வரணும்?"

சாமி நடந்தது. நிழல் தரையில் யாரோ பிடித்துத் தள்ளியது மாதிரி படுத்துக் கிடந்தது. வீடு வந்து சேர்ந்தது. தெருப்படலைத்

திறந்து வைத்துக்கொண்டு உள்ளே சென்றது. கூரை எரவாணத்தில் இருந்த ஓலைச் சுவடிகளைக் கீழே இறக்கியது. தூசு, கொசுக் கூட்டம் மாதிரி பறந்தது. தட்டி ஒவ்வொரு சுவடியாக எடுத்து முதல் வரி வாசித்தது. அப்பால் வைத்தது. தன் ஜாதகக் கட்டை எடுத்தது வாசித்தது. கட்டம் கட்டமாகக் கிரகங்கள். அதன் சதுரப்பாடுகள் விரல்களை மடக்கிக் கணக்குப் பார்த்தது. மனசுக்குள் தேதி, கிழமை நாள் நட்சத்திரம் பார்த்தது. திடுமென அதன் முகத்தில் பிரகாசம் தோன்றியது.

"அப்படியாக்கும் சேதி" என்றது களிப்புடன். சுவடிகளை வாரிக் கட்டி மீண்டும் பரண்மேல் வைத்தது. வீட்டுக்குப் பின்னால் வந்து தோட்டத்தைத் துழாவியது. ஒரு வேம்பு, ஓர் அரசு சலசலத்தது. சதா சப்தம் இட்டு, கவனத்தைச் சிதற அடித்து, கூர்மையை மழுங்கடிக்கும் அரச இலைகள். தள்ளி வேலி ஓரமாக வளர்ந்திருந்தது புற்று. நீண்டு, சங்குகளின் வாயில்கள்போல சந்துகளுடன்கூடிய புற்று.

மீண்டும் திரும்பித் திண்ணைக்கு வந்தது.

"சிவா" என்றபடி திண்ணையில் அமர்ந்தது. மூன்று நாட்களாகப் பட்டினி கிடந்த உடம்பு படுக்கத் துடித்தது. வெறும் திண்ணயில் படுத்தது சாமி.

தெருவையே பார்த்துக்கொண்டு கிடந்தது சாமி.

விழிப்பு வருகையில், சாமிக்கு எதிரே கலியன் நின்று கொண்டிருந்தான். எழுந்து உட்கார்ந்தது.

"சாமி"

"என்ன கலியா?"

அவன் தரையில் அமர்ந்தான். ஏதோ வலியால் அவன் முகம் சுருங்கியது. வயிறு, கர்ப்பஸ்திரீயினுடையது மாதிரி கிடந்தது.

"என்ன? கிட்டே வா"

சாமி அவன் நாடியைப் பிடித்துப் பார்த்தது. அது மிகவும் தெளிவாகப் பேசியது. சுகர் பேசினார். அகத்தியர் பேசினார்.

"நீர் எத்தனை நாளாகப் பிரியலை"

"மூன்று நாளாக சாமி"

"ஏன் உடனே வரல்லை?"

"எந்த முகத்தை வச்சுக்கிட்டு வர்றது?"

"இன்னும் மறக்கலையா நீ? போகட்டும். நான் காட்டுக்குள்ளே போகணும். இலை, அங்கதான் இருக்கு. சாயரட்சைக்கு மறுபடியும் வா. மருந்து தர்றேன். குணமாயிடும். கவலைப்படாதே"

"சாமி" என்றபடி அவன் தேம்பினான்.

"விசாலத்தோடு சேர்த்து உங்களை ரொம்ப அவமானப் படுத்திப்..."

"உஸ்... அதெல்லாம் வேண்டாமே. எனக்கு ரொம்பக் களைப்பா இருக்கு. நான் காட்டுக்குப் போகணும்"

சாமி எழுந்தது. தெருப்படலைச் சாத்தி வைத்து விட்டு நடந்தது. சாம்பிராணிப் புகை மாதிரி நீண்டு கிடந்தவராக நதியைக் கடந்து, காட்டுக்குள் நுழைந்தது சாமி.

என்னென்ன வாசனைகள், காட்டுக்குத்தான். பசியவை, காரமானவை, நெடி அடிப்பவை, நாயுருவிகள், குத்துச் செடிகள், படர் கொடிகள், பட்டை உரித்த மரங்கள் என்று பலதையும் பார்த்துக்கொண்டே நடந்தது. அதுக்கு அந்த நீர் இறக்கி முளைத்திருக்கும் இடம் தெரியும். அகலம் அகலமான விசித்திரமான இலைகளும் தண்டுகளும் நிறைந்த பிரதேசத்தையும் கடந்தது.

அமானுஷ்யமான இருள் சுற்றியது. திடுமென ஓசைகள் அடங்கிய இலைகளின் சலசலப்பு மட்டும் கேட்கும் இண்டு இடுக்குகளையும் கடந்தது. பாதை ஒழிந்து, மரங்களுக்கிடையே சருகுகளை மிதித்துக்கொண்டு நடந்தது பாதம், சருகுகளின் தடவலால் உரசலால் சில்லிட்டது. பாதத்தின் நடுவில், குழியில் படும் இலை ஈரம், சுகமாக இருந்தது. அதன் இலட்சியமான அந்த பத்திரம் தேடி அது நடந்தது. கொஞ்ச தூரம்தான். வாழைப் புதர்களைக் கடந்து வருகையில், கனிகளின் வாசம் ரம்மியமாக இருந்தது.

சட்டென சுண்டுவிரலில் நெருப்பை மிதித்த வலி. சுரீர் என இருந்தது. கீழே பார்த்தது. சரசர என்று நெளிந்தது. ஒரு நீள கரும் அசைவு.

"ஓ" என்றது சாமி.

"நீ தானா? சரி சரி! எப்படி வரும்னு இருந்துச்சு. இப்படித் தானா, ரொம்ப நல்லது" என்றபடி குனிந்து விரலைப் பார்த்தது இன்னும் ஒரு புள்ளி இருந்தால், சிவனின் முக்கண்களைப்போல இருக்குமே என்று தோன்றியது அதுக்கு. நிம்மதியாக இருந்தது மனசு.

பிணையாழி மறையும் நேரம் வந்தாயிற்றா? அதுதான் அந்தக் கணையாழியா? ரொம்ப சரி... இன்னும் கொஞ்சம் தூரம்தான். முட்டி கடுத்தது. நீர் இறக்கிச் செடி தலையசைத்தது. வா என்றது, ஒரு கொத்தை ஒடித்துக்கொண்டு திரும்பியது. கண்ணை இருட்டிக்கொண்டு வந்தது.

"பிரபோ... இன்னும் இரண்டு நாழிகை எனக்கு அருள் வரத்தானே போகிறேன். என்ன அவசரம். உனக்கு!" என்று மனசுக்குள் பிரலாபித்தது. நடையை வேகமாகப் போட்டது. இன்னும் ஒரு நாழிகை.

திண்ணையில் படுத்துக்கிடந்தான் கலியன். வயிறு வண்ணான் சால் மாதிரி பெருத்திருந்தது. இப்படியும் அப்படியுமாகப் புரண்டுகொண்டு கிடந்தான். தடுமாறிக்கொண்டு உள்ளே நுழைந்த சாமி, இலையை அம்மிக் கல்லில் வைத்து அரைத்தது. சாறும் பசையுமாக எடுத்துக்கொண்டு கலியனின் வாயில் ஊற்றித் தடவியது.

நிமிஷங்கள் கரைந்தன. கலியன் எழுந்து அமர்ந்தான். தூணைப் பிடித்துக்கொண்டு நின்றான். வீட்டுக்குப் பின்னால் சென்று திரும்பி வந்தான்.

"சாமி... நிம்மதி சாமி. நீர் வடிஞ்சுட்டது" என்றான்.

மருந்து இருந்த இலையை அவனிடம் தந்தது சாமி.

"மூன்று வேளை தின்னு. உதயாதிக்கு முன், உச்சி, அந்திக்குப் பிறகு சரியாயிடும்."

கலியன் தேம்பியபடி நெடுஞ்சாண் கிடையாக விழுந்தான்.

சாமி திண்ணையில் வடக்கை நோக்கிப் படுத்தது.

"கலியா?"

"சாமி"

"வைத்தியம் பண்ணு. காசு பண்ணாதே. அப்புறம், அதையும் விடு"

"புத்தி"

பிரபஞ்சன் | 135

"கலியா"

"சாமி"

எரவாணத்தில் நிறைய சுவடிகள் இருக்கு. படி. பரீட்சை பண்ணு. அப்புறம் கொடு. காசு வாங்காதே"

"சாமி, புத்தி என்ன சாமி, வாயிலே நுரை தள்ளுதே"

கலியன்... அதன் அருகில் வந்து குனிந்து பார்த்தான்.

"சாமி விஷக்கடி மாதிரி இல்லே இருக்கு!"

"சத்தம் போடாதே. சத்தம் இல்லாமல் போகணும். விஷக்கடி இல்லை கலியா. விஷத்தை முறிக்கும் கடி. நாகாபரணன், அதை அனுப்பிச்சிருக்கான். என் வேஷ்டியை ஒழுங்கு பண்ணு, என் கைகளை அசைக்க முடியலை. இன்னிக்கு இரண்டாம் சாமத்துல என்னை எரிச்சுடு கலியா... கண் மங்குது நல்லா இரு..."

"சாமி" என்று கதறினான் கலியன்.

1995

பிராந்து

"**பி**ராந்து வந்திருக்கு சார்..." என்றார் என் உதவியாளர். எழுதிக்கொண்டிருந்த நான், "வரச் சொல்" என்றேன்.

அடுத்த நிமிஷம், அறையின் அரைக் கதவைத் திறந்துகொண்டு, பிராந்து உள்ளே வந்து அமர்ந்தது.

கர்ணனின் கவச குண்டலம்போல இணை பிரியாது இருக்கும் வெற்றிலைப் பெட்டி, கச்சல் தேகம், நகம் மாதிரி வெளுத்த தலை முடி, வட்ட வடிவிலான கண்ணாடி, எப்போதும் என்ன காரணம் என்று விளங்காதபடி முகத்தில் நிலை பெற்றிருக்கும் மந்தகாசம். இதுதான் பிராந்து.

ஒருமுறை பெயருக்கான விளக்கம் கேட்டபோது, "என் பெயர் பிரணவ தீர்த்தன். பிராணன் பற்றியோ, பிரணவம் பற்றியோ ஒரு மண்ணாங்கட்டியும் தெரியாத ஜடங்கள், பிரணவத்தை பிராந்து வாக்கின. என்ன பண்ண? அம்மணக்குண்டி ஊரில், கோவணம் அதிகப்படி என்கிற மாதிரி, நானும் பிராந்து என்கிற சிதிலத்தை ஏற்றுக்கொண்டேன். என்ன பண்ண, சொல்லுங்கோ" என்று மந்தகாசமாக புன்னகைத்து, பிராந்து தொடர்ந்து சொல்லியது.

"பேர்ல என்ன இருக்கிறது? என் கையிலே அல்லவா இருக்கிறது, என் ஜீவியம்" என்றது பிராந்து.

அது உண்மைதான். பிராந்துவின் ஜீவியம், அதன் கையில்தான் இருக்கிறது. பிராந்துவின் ஜீவியம் மாத்திரம் அல்ல, சமையல் கலையின் ஜீவியமேகூட அதன் கையில்தான் இருக்கிறது என்று தயங்காமல் சொல்லலாம். "பிராந்து சமையலா, அப்போ அது

முதல் தரமான கல்யாணம்தான்" என்று பிராந்து சமையலை ருசித்தவர்கள் ஏகக் குரலில் சொல்வார்கள்.

பேனாவை மூடி வைத்தேன்.

"என்ன விசேஷம், பிராந்து?"

"என்ன விசேஷம், எனக்கெல்லாம் வரும்? பக்கத்துல கல்யாண மண்டபம் ஒன்று இருக்கோல்லியோ... அங்கு நமக்கு வேலை வந்திருக்கு... அதையும் பேசிட்டு, பக்கத்திலேயே இருக்கேளே, உங்களையும் பார்த்துட்டுப் போகலாம்னு வந்தேன்..."

"பார்ட்டி ஓ. கே ஆயிடுச்சா?"

"ஓ. கே பண்ணிட்டேன்"

பிராந்துவின் அணுகல் முறை இப்படி. அதாவது, கல்யாணப் பார்ட்டி இவரை 'ஓ. கே' பண்ணாதாம். இவர், கல்யாண பார்ட்டியை "ஓ. கே" செய்வாராம். கேட்டால் சொல்வார்.

"பின்னே என்ன சாமிநாது சார். பொங்கல் பண்ணனும் என்பான். சரி, படி நெய்யும், கிலோ முந்திரியும் வேணும்பேன். பேய் அறைஞ்சது மாதிரி ஆயிடுவான். "என்ன பிராந்து, நெய், விக்கிற வெலைலே, இத்தனை நெய்யாம்பான். அட, பிசுநாறி... பொங்கல்னா, அது நெய்யிலே வேகிற சமாசாரம்டா, பாலிலே உறுகுத்திற மாதிரி நெய்யை விட்டு பொங்கல் பண்ணணுமாமே, பொங்கல். அதும்பேரு பொங்கல் இல்லேடா, பொசுங்கல், ஐயா. இந்த ஜடங்களுக்கு முதல் தரம் தெரியலையே. சாமிநாது சார்..." என்பான்.

பிராந்துவை சந்தித்ததே அகஸ்மாத்தாக நடந்த காரியம்தான். என் வீட்டுக்கு நேர் எதிரேதான் பிராந்துவின் மகள் குடியிருந்தாள். உமாமகேஸ்வரி என்பது அவள் பெயர் என்று என் மனைவி மூலம் எனக்குத் தெரிந்திருந்தது. உமா, என் மனைவிக்கு சிநேகம். அவர்கள் ஒன்றாகக் கடைக்கும் சில வேளைகள் சினிமா போகவுமான சிநேகம் அவர்களுக்கு இருந்தது. அந்த வகையில், உமாவை என் வீட்டில் வைத்தே எனக்குப் பரிச்சயமாகியிருந்தது.

உமாவின் கணவர், தலைமைச் செயலகத்தில் என்னவோ வேலையில் இருந்தார் என்பது மட்டும் நான் அறிந்திருந்தேன். அவர், பக்கத்து, எதிர் வீட்டுக்கு, வந்து போகும் மனிதராக இல்லை என்பதால், அவர் எனக்குப் பரிச்சயம் இல்லாமல் இருந்தார்.

பிராந்து, என் வீட்டுக்கு வந்த அந்த முதல் நாள் காலை, நான் சவரம் செய்துகொண்டு, எரிச்சலில் இருந்தேன். வாசலில் பிராந்துவின் தலை தெரிந்தது.

"யார்?" என்றேன்.

"நான் பிராந்து. எதிர்த்த ஆத்துல இருக்கிற உமாவோட தோப்பனார். அவ ஆத்தில் இல்லை. எங்கோ வெளியே போயிருக்கா..."

என் மனைவி வெளியே வந்து "வாங்க... வாங்க..." என்று வரவேற்று உபசரித்து, உள்ளே சோபாவில் அமர வைத்தாள். காபி கொணர்ந்து கொடுத்தாள்.

"காலைலே, ஆபீசுக்கு புறப்படறச்சே உங்களுக்கு தொந்தரவா இருக்கேனோ" என்று கேட்டார் பிராந்து.

"அதெல்லாம் ஒன்றும் இல்லை. அப்படியொன்றும் பத்து மணிக்கெல்லாம் போக வேண்டிய வேலையிலும் நான் இல்லை"

"சாருக்கு என்ன வேலை?"

"பத்திரிகையிலே வேலை..." என்று, நான் வேலை செய்கிற பத்திரிகையை சொன்னேன்.

"பெரிய பத்திரிகைன்னா அது"

"அப்படித்தான் சொல்றாங்க"

"அப்பப்போ கிடைக்கறச்சே பார்க்கிறதுதான். அதென்ன சார்... அரையும் குறையுமா பொம்பளைக் குழந்தைகளோட... படத்தையெல்லாம் போடறேளே, என்னத்துக்கு இந்த ரசாபாசம்? நல்ல சித்திரங்களைப் போடப்படாதா?

அவர் நியாயமான கேள்வியை நான் கேட்டுக்கொண்டேன்.

"பத்திரிகையைச் சொல்லி என்ன? எல்லா இடத்திலேயும் ரசாபாசம் அதிகமாயிடுச்சு. சினிமாவில், பெண்கள் துணியோட இருக்கிறாள் என்கிறதுதான் ஆறுதல். கதையில, சந்தைக் கடையில சாப்பாட்டுக் கடையில, மேடைப் பேச்சுல எல்லா இடத்திலேயும் ரசாபாசம், என்ன பண்ண? ரசம் கெட்டு, சுரணை கெட்டு, மனுஷா ஹீணப்பட்டுப் போயாச்சு... என்ன பண்ண...?"

அவரிடத்தில் எனக்கு சுவாரஸ்யம் இருந்தது.

"என்ன பண்ணறீங்க?"

"சமையல். முக்கியமான கல்யாணங்கள்ளே சமையல் பண்ணி போடறதுதான் தொழில்" என்றார்.

எங்கள் சம்பாஷணை சமையலில் தொடங்கி சங்கீதம்வரை நீண்டது. பிராந்துவின் கவலை எனக்குப் புலப்பட்டது. அவரது கவலை, தரம் தரமான விஷயங்களை அனுபவிக்கிறது என்கிற அவரது லட்சியம். வாழ்க்கையின் எல்லா தளங்களிலும் உயர்தரம்... இது எனக்கு உடன்பாடுதான். பேசிக்கொண்டிருக்கும்போதே, என் மனைவி வந்து, உமா திரும்பி விட்டாள் என்று சேதி சொன்னாள்.

"அப்போ... நான் உத்தரவு வாங்கிக்கறேன்", என்றபடி அவர் கரம் கூப்பி நமஸ்காரம் செய்தார்.

"அடிக்கடி வாங்க" என்று நான் உள்ளபடியே கேட்டுக்கொண்டேன். என் மனைவியிடமும் உத்தரவு வாங்கிக்கொண்டு அவர் எதிர் வீட்டுக்கு சென்றார்.

பிராந்துவிடம் எனக்கு சிநேகம் இப்படித்தான் தொடங்கியது.

ஒருநாள் என்னைத் தேடி ஆபீசுக்கே வந்துவிட்டார் பிராந்து.

"வாங்க... க்ஷேம லாபமெல்லாம் எப்படி?" என்றேன்.

"பரம சவுக்யம். லோகத்துல மாதம் மும்மாரி மழை பொழியறது. ராஜா, மந்திரி மாரெல்லாம் செங்கோல் வளையாமே ராப்பகலா தேச காவல் பண்ணுகின்றனர். தேசத்தில் இருக்கப்பட்ட பொம்மனாட்டிகள் எல்லாம் ஆம்மனாட்டிகள் எல்லாம் கற்போடு ஜீவனம் பண்ணுகிறார்கள். அப்புறம், நமக்கென்ன குறைச்சல்?"

என் செயலாளராக இருக்கும் ஸ்டெல்லா, அவரை வினோதமாகப் பார்த்தாள்.

"எங்கே வீட்டுப் பக்கமே காணோம் என்கிறதுக்கு என்ன பதிலையே காணோம்.?"

"அதுவா... அது அற்ப விஷயம். நம்ம பொண்ணு அந்தப் பக்கமே வரவேண்டாம்னுட்டாள்"

சொந்த விஷயம் என்று ஸ்டெல்லா நகரவும், பிராந்து தொடர்ந்தார். "விஷயம் பெரிசா ஒன்றும் இல்லை சார்... இப்போ குடியிருக்கிற ஆத்துச் சொந்தக்காரர் வீட்டை காலி பண்ணச் சொல்றார். அவரோட மகன் வரப்போறானாம். நியாயம்தானே, அதனால வீடு பார்க்க வேண்டிய அவசரம் ஏற்பட்டுடுத்து... உமா வீட்லேயே, ஒரு போர்ஷன் இருக்குன்னு யாரோ சொன்னா... ரொம்ப சவுகர்யம்னா அது."

"குழந்தைகூடவே இருந்துடலாம் ஒத்தாசைக்கு ஒத்தாசை யாவும் இருக்கும். அதுக்காகத்தான் அங்கே வந்தேன். எனக்கு முன்னமேயே யாரோ வந்து பார்த்துட்டு போனதா குழந்தை சொன்னா. எதுக்கும் விசாரிச்சு வைன்னு சொல்லிவிட்டு வந்துட்டேன். அதன் பிறகு அங்கே வர தோதுப்படவில்லை..."

"என்னண்டை சொல்லியிருந்தா முடிச்சிருப்பேனே. வாங்களேன், சாயங்காலம் வீட்டண்டை.... பேசி முடிச்சிப் பிடுவோம்."

"அதுலதான் சிக்கல்"

"என்ன சிக்கல்?"

"குழந்தையோட மாமியார் வந்து இருக்காளாம். நான் அடிக்கடி அங்கே வர்றதும், போறதும் அவளுக்கு பிடிக்காது போயிடுமோன்னு குழந்தை பயப்படறா. அதுவும் நியாயம்தானே... அதனால..."

நான் வெட்டிக்கொண்டு சொன்னேன்.

"என்னய்யா நியாயம் இது? ஒருத்தர் தன் பெண்ணைப் பார்க்க வரக்கூடாதுன்னு சொல்றது எந்த தர்மத்துல சேர்த்தி? பையனோட அம்மா, பையனோடயே இருப்பாளாம். பொண்ணோட அப்பா வந்து போகக்கூட மாட்டாதாமா?"

"சாமிநாது சார்... நீங்க, அப்பாவோட கோணத்துல விஷயத்தை பார்க்கறேள். நான், பொண்ணோட கோணத்துல பார்க்கிறேன். குழந்தை ரொம்பவும் புதுச் சூழல்லே வாழ்க்கைப் பட்டிருக்கா..."

"என்ன புதுச்சூழல்?"

"குழந்தை உமா, காதல் கல்யாணம் பண்ணிண்டா சார். உங்களுக்குத் தெரிஞ்சிருக்காது. அவளோட வீட்டுக்காரர் பேர் சிராஜுதீன். எப்படியோ காதல் ஆரம்பிச்சுடுத்து. இரண்டு பேரும் யாருக்கும் சொல்லாமல் கல்யாணம் செய்துகிட்டாங்க. இப்ப ஒரு குழந்தை இருக்கு... ஒரு ஸ்திரி, ஒரு புருஷனை சினேகிக்கிறதும் கல்யாணம் பண்ணிக்கிறதும் என்ன தப்பு? காதல், சாதி, மதம், குலம், கோத்திரம் பார்த்து வர்றதா? இல்லையேன்னு சொன்னேன். அது மாதிரி, வித்தியாசமான சூழ்நிலையிலே வாழ்ந்துண்டு இருக்கிற பொண்ணு. புக்ககத்தார், என்னமாவது நினைச்சுடப் படாதுன்னு பயப்படறா, நியாயம்தானே.?"

நான் மிகவும் நெகிழ்ந்து போயிருந்தேன்.

“பெரிய மனுஷர் சார் நீங்க. ரொம்ப ரொம்ப ஆரோக்கியமா இருக்கீங்க. உங்களை மாதிரி உங்க சம்சாரமும், சிராஜுதீனை மருமகனா ஏத்துக்கிட்டாங்களா?”

பிராந்து, சற்று நேரம் அமைதியாக இருந்தார். அப்புறம் சொன்னார். “அவளுக்கு சித்தப் பிரமை. உமா பிறந்த மறுவருஷம் அப்படி ஆயிடுச்சு. விதி, வேறென்ன காரணம் சொல்ல முடியும். காரணம் தெரியாததுக்கு அதுதானே காரணமா சொல்ல முடியும். அப்போ, தொழிலு ரொம்ப பிரமாதமா நடந்துண்டிருந்த நேரம். நெறைய செலவு பண்ணித்தான் பார்த்தேன். முடியவில்லை.

நான் பேசாமல் இருந்தேன். அவர் உடனே தொடர்ந்தார்.

“வீட்டுக்காரரர் காலி பண்ணச் சொல்லிட்டார். அந்த நேரத்துல, நம்ம பொண்ணு இருக்கிற வீட்டிலேயே, ஒரு போர்ஷன் காலியா இருக்குன்னா, ரொம்ப சவுகர்யமா இருக்குமேன்னு தோணித்து”

“பொண்ணு வீட்டுல இல்லேன்னாலும், பக்கத்துல இருக்கலாமேன்னு ஒரு ஆசை. அவ்வளவுதான். என்னால என் குழந்தைக்கு ஒரு சிரமமும் வரப்படாது... வராது. சாமிநாது சார். நீங்க தயவு பண்ணி என் பொண்ணு குடியிருக்கிற வீட்டுக்காரரோடு பேசி, அந்த போர்ஷன் காலியா இருந்தா முடிச்சுத் தரணும்.”

“இது ஒரு விஷயமா, கவலையை விடுங்கோ, வீட்டுக்காரர் கை நீட்டி யாரிட்டையும் அட்வான்ஸ் வாங்கிடலைன்னா, நீங்க அங்க வர்றீங்க.”

“ரொம்ப நன்றி சாமிநாது சார்...”

எழுந்து செல்லும் மனிதரையே பார்த்துக்கொண்டிருந்தேன் நான்.

இருட்டிய பிறகுதான் வீடு திரும்ப முடிந்தது. சந்து திருப்பத்துக்கு முன்னால் இருக்கும் பெட்டிக் கடையில் சிகரெட் வாங்கும்போது, உமாவின் வீட்டுச் சொந்தக்காரரைப் பார்த்தேன். மாலை பத்திரிகை படித்துக்கொண்டு நின்றிருந்தார்.

“உங்களைத்தான் பார்க்கணும்னு இருந்தேன் சார்” என்று பேச்சைத் தொடங்கினேன்.

"பார்க்கும்படியாவா இருக்கேன் நான்?" என்றார் அந்த கிண்டல்காரர்.

"உங்க வீட்டுல ஒரு போர்ஷன் காலி இருக்குன்னு கேள்விப்பட்டேனே"

"இருக்கு"

"இன்னும் யாரும் அதை முடிச்சுடலையே"

"இல்லை. ஒருத்தர் வந்து பார்த்துட்டு வர்றேன்னார். இன்னும் வரலை. யாருக்கு பார்க்கிறாப்போல?"

"உமா இருக்கில்லியா, அவளோட அப்பா, அம்மாவுக்கு ரெண்டே பேர். பொண்ணு பார்வையில இருக்க ஆசைப்படறார் அந்த மனுஷன், அவளோட அப்பா"

"உமா ஒன்றும் சொல்லவே இல்லையே என்கிட்டே"

எனக்கு ஆச்சரியமாக இருந்தது.

"சரி சார்... நான் சொன்னதா வச்சுக்கிடுங்கோ. நாளை மறுநாள் அட்வான்ஸ் வாங்கிக்கிடுங்க."

"சரி, நீங்க சொன்னா சரிதான்."

நான் வீட்டுப்படி ஏறுகையில், உள்ளே என் மனைவியோடு உமா பேசிக்கொண்டிருந்தது தெரிந்தது.

"உமா... உங்க அப்பாவைப் பார்த்தேன் இன்னிக்கு."

"ஓ" என்றாள் அவள்.

"உன் பக்கத்து போர்ஷன் வேணும்ங்கிறார், உன் அப்பா. ரொம்ப தனிமைல இருக்கிற மாதிரி உணருகிறார். உன் பக்கத்துல இருக்கணும்னு விரும்பறார் அவர்."

அவள் எங்கோ பார்த்துக்கொண்டே சொன்னாள், "வேணாம். தொல்லை. பைத்தியத்தைக் கட்டிக்கிட்டு யார் மாரடிக்கிறது?"

"அப்பா உன்கூட இருக்கணும்னு..."

"அதெல்லாம் சாத்தியப்படுமா மாமா. என் மாமனார், மாமியார், என் வீட்டுக்காரர் என்னை மதிக்க வேண்டாமா? அச்சுப் பிச்சுன்னு என்னத்தையாவது பேசிண்டு இருக்குமே, அந்த கிழம்? திரும்பவும் அதைப் பார்த்தீங்கன்னா போர்ஷன் காலி இல்லை, விட்டாச்சுன்னு தட்டிக் கழிச்சிடுங்கோ..."

அவள் போய் விட்டாள்.

அடுத்த நாள் காலை, நான் அலுவலகம் செல்லும்போது எனக்காக, என் அறையில் காத்துக்கொண்டு அமர்ந்திருந்தார்

பிராந்து. அது அவருடைய அவசரத்தைக் காட்டுவதாக இருந்தது. வெற்றிலை தாம்பூலத்தை கழுத்தை உயர்த்தி ரசித்தபடி, 'நமஸ்காரம்' என்றார் பிராந்து.

"வந்து ரொம்ப நாழி ஆச்சோ?"

"விடிகாலமே ஏழு மணிக்கெல்லாம் கிளம்பியாச்சு. வீட்டுக்காரர் ரொம்ப அவசரப்படுத்தறார் சார். குழந்தை வீட்டுக்கு பக்கத்து போர்ஷன்லே என்னிக்கு பால் காய்ச்சி குடி போகலாம்ன்னு."

"அதுல சிக்கல், பிராந்து சார்"

"என்ன சிக்கல்.?"

"போர்ஷன் விட்டாச்சாம்."

அவர் அமைதியானார்.

"பரவாயில்லை. நம் பிராப்தம் அப்படி! குழந்தையோட முகம் பார்க்கிற பிராப்தம் நமக்கு இல்லை. குழந்தையோட சிசுருஷையை அனுபவிக்கிற பாக்யம் அவ அம்மாக்கு இல்லை... விடுங்கோ..."

வெறித்துப் பார்த்துக்கொண்டிருந்தவர் வெற்றிலை போட ஆரம்பித்தார்.

"குழந்தை வருத்தப்பட்டிருப்பாளே..."

நான் சிரித்தேன்.

"அப்போ உத்தரவு வாங்கிக் கிடறேன்..."

"சரி... அடிக்கடி வாங்க."

"ஆகா... எனக்கு உறவுன்னு யார் இருக்கா? என் பொண், அப்புறம் நீங்க..."

"நமஸ்காரம்... நான் வர்றேன்" என்றபடி அவர் நடந்தார். திடுமென, பிராந்துவுக்கு வயதுகூடியது மாதிரி, சற்றே கூன் போட்டு நடந்தார்.

1995

பூக்களை மிதிப்பவர்கள்

குடுகுடுப்பைக்காரனின் சட்டை மாதிரி இருந்தது அந்த வண்ணத்துப் பூச்சி எல்லா வண்ணங்களையும் அழுந்தத் தேய்த்து, நடுவில் சிவப்புப் பொட்டு வைத்தாற் போன்ற இறக்கைகளைக்கொண்ட அந்தப் பூச்சி "ஏய்... எய்ந்திரு... விடியப் போகிறது" என்று லெச்சுமியின் காதில் சொல்லியது.

லெச்சுமி எழுந்து உட்கார்ந்தாள். இடுப்புக்கு கீழே வழிந்தது. பாவாடை கயிறை இறுக்கிக் கட்டிக்கொண்டாள். அம்மா, கையை மடக்கி, தலையணை ஆக்கிப் படுத்துக் கிடந்தாள். சற்றே திறந்த வாய், அவள் உறக்கத்தின் தன்மையைச் சொல்லியது. தான் கண்ட கனவைப் பற்றி அம்மாவிடம் சொல்ல வேண்டும்போல் இருந்தது அவளுக்கு.

"எம்மா... எம்மாவே..." என்றாள்.

"என்னடி சனியனே" என்று புரண்டு படுத்தாள் அவள்.

"எனக்கு ஒரு கனவு வந்துச்சு. என்ன தெரியுமோ?" என்று அம்மாவைத் தொட்டுக்கொண்டு சொல்ல முனைந்தாள், லெச்சுமி.

"தொணதொணங்காதடி என்னை. படு. விடிஞ்சதும் பேசலாம்" என்றாள். அப்படியே உறங்கியும் போனாள்.

லெச்சுமி, தெருக் கதவைத் திறந்து, மூடிவிட்டு, தெருவில் இறங்கினாள். தெரு இன்னும் போர்வையை விலக்கி இருக்கவில்லை. மைக்கறை பட்ட வெள்ளைக் காகிதம் மாதிரி, தெரு, கொஞ்சம் கொஞ்சம்

வெளிச்சமும், நிறைய இருட்டுமாக இருந்தது. லெச்சுமி, கிழக்கைப் பார்த்து ஓடினாள். மகிழ மரத்தண்டை வந்து நின்றாள்.

பால்காரர்கள், மாடுகளை ஓட்டிக்கொண்டு, 'சப்சப்' என்று நடந்தபடி போய்க்கொண்டிருந்தார்கள். மற்றபடி மகிழ மரத்தடியில் யாருமே இல்லாதது, அவளுக்குச் சந்தோஷமாக இருந்தது. '3 சி' வகுப்பு வசந்தா என்கிற ஒருத்தி, அவள் மூஞ்சியும் முகரக் கட்டையும், சமயாசமயங்களில், லெச்சுமிக்கு முன்னாகவே வந்து ராத்திரியில் உதிர்ந்த மகிழம்பூக்களைப் பொறுக்கிக்கொண்டு போய் விடுவதுண்டு. 'கடவுள் புண்ணியம்' வசந்தா வந்திருக்கவில்லை. தாத்தா மாதிரித் தளர்ந்து, சாமி வந்த பெண் மாதிரித் தலை விரிந்து பம்மி ஆடிக்கொண்டிருந்தது மகிழ மரம்.

லெச்சுமிக்குச் சினேகம், மகிழமரம். சிட்டிக்கு அடுத்தபடியாக, மரம்தான். அவள் அதிகம் சினேகித்தது எத்தனை வருஷம்? சுமார் நாலு வருஷ ஸ்னேகம் எனலாமா? எனலாம். நாலு வயசுக் குழந்தையா இருந்ததில் இருந்தே, லெச்சுமி அங்கு வந்து பூ பொறுக்குவதை வழக்கமாகக் கொண்டவளாயிற்றே. இப்போ அவளுக்கு வயசு எட்டு, ஆக, நாலு வருஷப் பழக்கம் என்றாலும் சும்மாவா?

"வாடியம்மா லெச்சுமி, என்ன குழந்தையை காணமேன்னு இருந்தேன்" என்றது மரம்.

"இப்பத்தான் முழிச்சேன். ஒரு கனவு. என்ன மாதிரிக் கனவு?" அவள் சொல்லிவிட்டுச் சிரித்தாள். மரம், "உம்" கொட்டிக் கனவைக் கேட்கத் தயாராயிற்று.

"வண்ணத்துப் பூச்சி ஒன்று என்கிட்டே வந்துச்சா?"

"உம் வந்துச்சு."

"ஏந்திருடி.... என்கூட வான்னு சொல்லிச்சு. நானும் அதுவும் பறந்தோம். நெசமாகவே பறந்தோம். என் இடுப்புப் பக்கமாக இறக்கை முளைச்சது. பறந்து போனோம். ஏழு கடல் தாண்டி ஏழாவது கடலுக்கு மத்தியில, ஒரு குகையில் நாங்க போனோம். அங்க ஒரு ராட்சஸன் இருந்தான். எங்க கணக்கு சார் மாதிரி, உசரமா, மூஞ்சியை உம்முனு கடுப்பா வச்சுக்கிட்டு இருந்தான். நீங்க ரெண்டு பேரும் எங்கே வந்தீங்கன்னு அவன் கேட்டானா? கேட்டான். பொழுது போகலை, பூப்பறிக்க வந்தோம்னு நாங்க சொன்னோமா? சொன்னோம். பொய் சொல்றீங்களா? பொய் சொன்ன வாய்க்குப் போசனம் கிடைக்காதுன்னு, அவன்

வாயை 'ஆ'ன்னு திறந்தான். நாங்க உள்ளே புகுந்துக்கிட்டோம். வவுத்துக்குள்ளேயே நீச்சல் அடிச்சுட்டுக் கிடந்தோம். அப்புறம் காது வழியா, வெளியே வந்துட்டோம். எனக்கு ரொம்ப களைப்பா ஆயிடுச்சா? நான் தூங்கிட்டேன். அந்தப் பூச்சிதான் என்னை எழுப்பி விட்டுச்சி, யார் எழுப்பி விட்டுச்சு...

"பூச்சி" என்றது மரம்.

தரையில் விழுந்து கடந்த மலர்களைத் திரட்டினாள், லெச்சுமி. தன் பாவாடையைச் சுருட்டிப் பள்ளமாக்கி, அதில் திரட்டியப் பூக்களைப் போட்டுக்கொண்டாள்.

சிட்டிக்குப் பூக்கள் பிடிக்கும். கொத்துக் கொத்தாகப் பைக்குள் அள்ளிப் போட்டுக் கொள்வான். என்னமோ, அப்படி ஒரு பழக்கம் அவனுக்கு.

எட்ட சீக்கிரம் சீக்கிரமாகக் கிளம்பினாலும், முதல் மணி அடித்த பிறகுதான், பள்ளிக்கு வர முடிகிறது, லெச்சுமியால், கஷ்டம். முதல் வகுப்பு தமிழ். தமிழ் சார்தான் வருகைப் பதிவு எடுப்பார். லெச்சுமி என்கிற அவள் பெயர் வந்ததும், நிறுத்திக் கொள்வார். லெச்சுமியைக் கோபம் கொப்பளிக்க ஒரு பார்வை பார்ப்பார்.

"அது என்னடி லெச்சுமி? நிர்மூடம், இலக்குமி என்று அழகாக எழுதித் தொலைக்கிறதுக்கு என்ன?" என்று சீறி விழுவார்.

தமிழ் சார் உடையது அறக்கோபம். ஆனால், அவள் தகப்பன் செய்த பழிக்கு அவள் எப்படிப் பொறுப்பேற்க முடியும்?

லெச்சுமி தலைகவிழந்து நின்றாள். ஓரக்கண்ணால் சிட்டியைப் பார்த்தாள். மூன்றாவது பெஞ்ச்சில் அவன் இருந்தான். 'பாவம்' தோன்ற அவளைப் பார்த்தான். அது, லெச்சுமிக்குப் போதுமானதாக இருந்தது.

அடுத்த வகுப்பு கணக்கு சாருடையது. இன்னும் முக்கால் மணி நேரம் போனால்தான், 'இண்டர்வெல்' லெச்சுமி எழுந்தாள். கட்டை விரலை வாயில் வைத்துத் "தண்ணி" என்றாள். "போ" என்றார் சார். லெச்சுமி அவனைப் பார்த்தபடி வெளியே நடந்தாள். சிட்டியும் எழுந்தான்.

"என்ன" என்றார், சார் கரும்பலகையில் எழுதியபடி.

வலக்கட்டை விரலை வாயில் வைத்துக்கொண்டு "தண்ணி" என்றான் சிட்டி.

"உங்க ரெண்டு பேருக்கும் ஒன்னாத்தான் தாகம் எடுக்கும், ஒன்னாத்தான் ஒன்னுக்கும் வருமோடா?" என்றார்.

வகுப்பு சிரித்தது.

"போய்த் தொலை."

சிட்டி வெளியே வந்தான்.

ஆசிரியர்களின் ஓய்வு அறைக்கு வெளியே, ஸ்டூல் போட்டு அதன் மேல் பெரிய மண்பானை வைக்கப்பட்டிருந்தது. அதன் அருகே நின்று கொண்டு, தண்ணீரை வாயில் ஊற்றிக்கொண்டே அது சட்டையிலும் பாவாடையிலும் ஒழுக, அவனைத் திரும்பிப் பார்த்தாள் லெச்சுமி. டம்ளரைத் தொங்கவிட்டு, பாவாடை நாடாவோடு சுருட்டி வைத்திருந்த ஒரு பென்சிலை எடுத்து நீட்டினாள் அவனிடம்.

"ஏது?" என்றான் சிட்டி ஆச்சர்யத்துடன்.

"மெட்ராஸ் மாமாகொண்டு வந்தாங்க..."

அழகாக, வித்தியாசமாக இருந்தது அந்தப் பென்சில். கொண்டையில், கிளி மூக்கு மாதிரி, சிவப்பு ரப்பர். உடம்பெல்லாம் சிங்கம், புலி சிறுத்தை, ஒட்டை என்று பல மிருகங்கள் படம். எவனும் இந்த ஊரில் பார்த்தும் இராத பென்சில் அது.

"எத்தனை பென்சில் கொடுத்தாங்க!"

"ஒன்றுதான். ஏன்டா?"

சிட்டியின் முகம் தொங்கிப் போய்விட்டது. இரண்டு பென்சில் என்றால், அவன் ஒன்று கேட்டிருப்பான். அவன் முகத்தைக்கொண்டு கண்டு பிடித்துவிட்டாள், லெச்சுமி.

"உனக்குத்தான் நீயே வச்சுக்கோ."

"எனக்கேவா?"

"உனக்கே உனக்குத்தான்."

"சத்தியமா?"

"சத்தியமா. உட்டேன், உட்டேன்,"

"காட் பிராமிஸ்"

"காட் பிராமிஸ்"

"திரும்பக் கேட்கவே மாட்டியே."

"மாட்டவே மாட்டேன்."

"உங்க வீட்டுல கேட்டா என்ன சொல்லுவே!"

"தொலைஞ்சுப் போச்சுன்னு சொல்லுவேன்."

"அடிப்பாங்களே."`

"வாங்கிக்குவேன்."

லெச்சுமி தலையை வலப்பக்கம் சாய்த்து, "வாங்கிக்கு வேன்"என்று சொன்ன விதம், பெரிய மனுஷித்தனமாகப் பட்டது சிட்டிக்கு. அவன் சிரித்தான். சிட்டி சிரித்தது, லெச்சுமிக்கு மிகவும் மகிழ்ச்சியைத் தந்தது.

பள்ளிக்கூடம் விடும்போது மழை பெய்துகொண்டிருந்தது. வயிற்று வலி, மாதிரி திடீரென்று வந்த பெய்த மழை, லெச்சுமியும் சிட்டியும் பள்ளிக்கு வெளியே கூரைக்குக் கீழே நின்றார்கள். தெருவோரம், தண்ணீர் தேங்கிக் குட்டையாகி இருந்தது. லெச்சுமிக்குக் கை பரபரத்தது. மார்போடு மழை நனைக்கா வண்ணம் சேர்த்துக் கட்டியிருந்த புத்தகப் பையிலிருந்து ஒரு நோட்டை எடுத்து, அதன் நடுவாத்திரத்தில், இரண்டு காகிதங்களைக் கிழித்தாள்.

"கப்பல் செய்வமா?" என்றபடி, ஒரு காகிதத்தை அவனிடம் தந்தாள். அவன், கத்திக்கப்பல் செய்தான். அவள் சாதாரணக் கப்பலே செய்தாள். குட்டையில், அந்தக் கப்பல்கள் மிதந்தன. தண்ணீரில் மிதக்கும் அந்தக் கப்பல்கள்தான் எத்தனை அழகானவை. ஒரு சரளைக் கல்லில் முட்டிக்கொண்டு, திரும்பி கனஜோராக விர்ரென்று செல்லும், தன் கப்பலைக் கைதட்டி ஊக்குவித்தாள் லெச்சுமி. கத்திக்கப்பல், என்ன காரணத்தாலோ, மிக நிதானமாகவே சென்றது. ஆனாலும், கத்திக்கப்பல் என்றால் அப்படித்தான், கடலுக்கடியில் எத்தனைத் திமிங்கலங்களை அது வெட்ட வேண்டியிருக்கும்? எத்தனை எதிரி நாட்டுக் கப்பல்களை, அது முன்னேறி ஜெயிக்க வேண்டியிருக்கும்? கப்பலின் உள் பகுதியில், இருந்து, ஒரு பலகைக் கதவு நறநறவென்று சத்தத்துடன் திறக்கவும், மிகவும் கூர்மையான, ஒரு ராட்சக் கத்தி தண்ணீரில் இறங்கியதும், ஒரே சமயத்தில், ஆயிரம் பென்சில்களைச் சீவித் தள்ளி விடலாம் என்னும் படியான கத்தி அது. கத்தி கீழே இறங்குவதற்கும், அசந்தர்ப்பமாக ஒரு திமிங்கலம் அதன் குறுக்காக வருவதற்கும் சரியாக இருந்தது. திமிங்கலம் என்பது, யானைகளை விழுங்கும் மீன்.

"ஷச்சரக்" என்றான் சிட்டி.

"என்னடா?"

"திமிங்கலம் குளோஸ்" என்றான் பல்லை நறநற என்று கடித்துக்கொண்டு, சிட்டி.

அது உண்மைதான். குட்டை பூராவும் திமிங்கலத்தின் இரத்தத்தால் நிரம்பியது. 'குபுக்'கென்று, மண்ணைப் பிளந்துகொண்டு, இரத்தம் பீய்ச்சடித்தது.

"ஐயோ பாவம்" என்றாள் லெச்சுமி.

அதே நேரம், எதிரி நாட்டு ஒற்றுக் கப்பல் ஒன்று, கத்திக் கப்பலை உடைத்து நொறுக்கும் நோக்கத்துடன், அதை நெருங்கியது. கத்திக் கப்பலோ, கண்ணிமைக்கும் நேரத்தில் திரும்பி, எதிரி நாட்டுக் கப்பலைத் துவம்சம் செய்து விட்டது.

"டட் டமால்" என்றான், சிட்டி.

"என்ன!" என்றாள் லெச்சுமி.

"ஸ்பை கப்பல் அவுட்"

என்ன சாமர்த்தியமான கப்பல் அது.

"ஏய், பள்ளிக்கூடம் விட்டு எத்தனை நாழியாச்சு, இங்க என்னடி வேலை!" என்றது ஒரு குரல்.

எல்லாம் கலைந்து, "தொபுகடீர்" என்று மண்ணில் வந்து விழுந்தார்கள் இருவரும். கணக்கு வாத்தியார் பூப்போட்ட லேடீஸ் குடையுடன் நின்றுகொண்டிருந்தார், அவர்களுக்கு முன்னால்.

"ஓடுங்க வீட்டுக்கு" என்றார். தொடர்ந்து "முளைச்சு மூணு இலை விடலை. அதுக்குள்ளேயும் சோடி சேர்ந்தாச்சா" என்றார் எகத்தாளமாக.

சிட்டி வீட்டில், ஓர் அலமாரி இருந்தது. தாத்தா வைத்திருந்த அலமாரி அது. முதுமை, அதன் பலகைகளில்கூட ஏறி இருந்தது. அலமாரிக் கதவைத் திறந்தான். தாத்தாவின் கை மாதிரி, அதுவும் நடுங்கும். பச்சை கற்பூரம், பழனி விபூதி, சந்தனம், எல்லாம் கலந்த வாசனை, அங்கு நிரந்தரமாகத் தங்கி இருக்கும். நினைக்கும்போதெல்லாம் அந்த அலமாரியைத் திறந்து, அதன் வாசனையை பிடிக்க வேண்டும் அவனுக்கு.

அந்த அலமாரி, ஒரு ரகசிய சுரங்கம். என்னென்னமோ இருந்தது அங்கு. அப்பாவின் வேட்டிகள், கழுத்து வழி போடும் சட்டைகள், அப்பா எழுதும் பிளாக் பேர்ட் பேனா, சில்லறைக் காசுகள், தங்க வாட்ச், தங்க சட்டை பித்தான்கள், வெள்ளிக் காது குறும்பி, கடைக் கொத்து சாவி, அத்தர், புனுகு, ஜவ்வாது, வெளிநாட்டு 'கதம்' சோப்புக் கட்டிகள் என்று பலதும் இருக்கும். கலயங்களைத் திறந்தால், பல வண்ணங்களில் மணிகள் இருக்கும். மோதிரங்களில் புதைத்துக் கொள்ளும் வெள்ளைச் சிவப்பு, நீலம், பச்சை என்று பல கற்கள்.

சிட்டி, அந்த நீலக் கல்லை எடுத்துக் கையில் வைத்துக்கொண்டு பார்த்தான். கரும் நீலம் அது. மயில்கண் நீலம் என்றும்

சொல்லலாம். அதை, வெளிச்சத்தில் வைத்துப் பார்த்தான். நீலக் குழம்பைப் பொத்த விட்டு மூடியதுபோல இருந்தது அந்த நீலம். அதைப் பாக்கெட்டில் போட்டுக்கொண்டு பள்ளிக்குக் கிளம்பினான்.

நாகராஜன்தான், லெச்சுமியின் பக்கத்தில் அமர்வது வழக்கம். அதனாலேயே சீக்கிரமாகப் பள்ளிக்கூடம் வந்தவன், நாகராஜன் பக்கத்தில் அமர்ந்துகொண்டான். லெச்சுமிக்கு அதனால் சந்தோஷம்தான். அன்று முதல் வகுப்பு கணக்காக இருந்தது. கணக்கு சார், கரும்பலகையில் கணக்குப் போட்டுக்கொண்டிருந்தார்.

"நாலு பேர் சேர்ந்து, எட்டு மணி நேரம் வேலை செய்தும்..."

சிட்டிக்கு லெச்சுமியிடம் சொல்ல எத்தனையோ செய்திகள் இருந்தன.

"லெச்சுமி"

கரும்பலகையின் மேல் வைத்த கண்களை எடுக்காமல், வெகு தீவிரமாகக் கவனிப்பதுபோல பாவனையோடு, லெச்சுமி கையை வாய்க்கு மேலாக வைத்துக்கொண்டு "என்ன" என்றாள்.

சிட்டியும், அதே பாவனையோடு, "என் கைக்குள் என்ன வச்சிருக்கேன், சொல்" என்றான்.

சிட்டி கையை மூடி இருந்தான்.

"என்னடா?"

"என்னன்னு சொல்லு"

"பல்லி முட்டை மிட்டாய்"

"இல்லை"

"சாக்லெட்"

"இல்லை"

"மாங்காய்"

"இல்லை"

"நீயே சொல்லு"

அவன் கையை விரித்தான். பளிச்சென்று மின்னியது நீலக்கல். "ஹை" என்றாள் லெச்சுமி.

"எந்த நாய், அங்கனே சத்தம் போடறது? செருப்படி விழும்" என்று கத்தினார், கணக்கு சார்.

பூகோள வகுப்பின்போதுதான், சிட்டியால் தொடர்ந்து அவளுடன் பேச முடிந்தது.

"நாளைக்குக் காலைல சுண்ணாம்பு வாய்க்காலுக்குப் போறேன் வரியா?"

"அம்மா எதனாச்சும் சொல்லும்"

"வேற எங்காச்சும் போறதா சொல்லிட்டு வந்துடு"

அவளுக்கு எரிச்சலாக இருந்தது. நினைத்தால் நினைத்த இடத்துக்கு அவனால் மட்டும் போக முடிகிறது. அவளால் முடியவில்லையே. எத்தனை வேலை. விடுமுறை நாட்களில் அவளுக்கென்று காத்துக்கொண்டிருக்கிறது.? புளி ஆய்ந்து வைப்பது முதலாக, ஒட்டடை அடித்துப் பெருக்குவதுவரை எத்தனை வேலை? சுண்ணாம்பு வாய்க்காலில் எத்தனை மீன் பிடிக்கலாம்?

லெச்சுமி, அங்கு போகாமல் இல்லை.

ஊர் எல்லையில் இருந்தது, சுண்ணாம்பு வாய்க்கால். மேட்டுப் பக்கம், சுண்ணாம்பு காளவாய் வேலை நடந்தபடி இருக்கும். காளவாய் மேட்டுக்கு கீழே, சங்கு மாதிரி, வெட்டிக்கொண்டு ஒரு சரிவு, இளநீர் மாதிரி ஓர் ஓடை, கொஞ்சம் வயல்வெளி. இலந்தை, மற்றும் பூவரச மரங்கள் அடர்ந்த ஒரு தோப்பு.

ஓடை ஓர் அற்புதம். சின்னச் சின்ன பலப்பத்துண்டுகள் நீச்சல் அடிப்பது மாதிரி, மீன்கள், சிட்டி, ஹார்லிக்ஸ் பாட்டில் கொண்டு வந்திருந்தான். வெகு தூரத்துக்குப் பிறகு, ரெண்டு கெண்டை மீன் குஞ்சுகளை அவன் பிடித்துப் பாட்டிலில் போட்டான். அந்தப் பாட்டிலைப் பாதுகாப்பாக வைத்திருக்க வேண்டியது, லெச்சுமியின் பொறுப்பு.

சுண்ணாம்பு வாய்க்காலின் விசேஷமே, அங்கு கொக்குகளும், நாரைகளும் வருவதுதான். பச்சை வயல் வெளிகளுக்கு மத்தியில் வெள்ளைக் கொக்குகள், பரவசம். லெச்சுமிக்கு அலுக்காமல் சளைக்காமல், அவைகளை வேடிக்கை பார்க்கப் பிடிக்கும்.

பூவரசு மரத்தின் கீழ் நிழலுக்கு அவர்கள் அமர்ந்திருந்தார்கள். சம்மணம் இட்டு அமர்ந்துகொண்டு சற்றே வாய் திறந்தபடி, அந்த வெள்ளைப் பறக்கும் பஞ்சுகளை வேடிக்கை பார்த்துக்கொண்டிருந்தாள் லெச்சுமி.

சில கொக்குகள் ஓவியத்தில் எழுதியதுபோல, ஆடாமல் அசையாமல் முழங்கால் தண்ணீரில் நின்றன. ரிஷிகள் செய்கிற தவம். சில பம்மிப் பறந்து வேறொரு இடத்தில் நின்றன. இரண்டு

கொக்குகள், யாரோ அழைத்ததுபோல, வேகமாகப் பறந்து போயின. கொக்குகள் பேசுமா? பேசும் போலத்தான் தெரிந்தது. ஏதோ ஒரு பாஷை. அவை அறிந்து வைத்திருக்கும். தான் பேசும், பாட்டும் பாடுமா? பாடும்! பாடா விட்டால் கொக்குகளால் பறக்க முடியாதே! பறக்க வேண்டும் என்றால் பாட வேண்டும். ஆடவும் வேண்டும். பாடவும், ஆடவுமான பாஷையை அவை ரகசியமாக வைத்திருக்கும் என்றுதான் தோன்றுகிறது.

திடுமென, லெச்சுமி திரும்பி, சிட்டியிடம் சொன்னாள்:

"சிட்டி, நான் செத்ததும், திரும்பவும் பிறப்பேன். பிறப்பேனா? பிறந்தால், பறக்கிற பட்சியாகப் பிறப்பேன். எவ்வளோ சந்தோஷம்"

சிட்டி அவளைப் பார்த்துச் சிரித்தான்.

"நான் பருந்தா பிறப்பேன்" என்றான் சிட்டி.

"ஏன்டா?"

"அப்பத்தான் ரொம்ப உயரத்தில் பறக்க முடியும்"

"நான் பச்சைக்கிளியா பிறப்பேன்."

"ஏன்டி!"

"என் மூக்கு சிவப்பா இருக்கும், உடம்பு பச்சையா அழகா இருக்கும். வெறும் பழமா தின்னுக்கிட்டு இருப்பேனே"

"பறவையாப் பிறந்தா பள்ளிக்கூடம் போக வேணாம்" லெச்சுமி, கைதட்டி, பள்ளிக்கூடம் இல்லாத மகிழ்ச்சியைக் கொண்டாடினாள்.

கணக்கு சார், ஒவ்வொரு நோட்டாகப் பார்த்துக்கொண்டு வந்தார்.

என்ன கஷ்டம்?

லெச்சுமி வீட்டுக் கணக்குப் போட்டுக்கொண்டு வந்திருக்கவில்லை. வீட்டுக் கணக்கு எழுதிக்கொண்ட ஞாபகம் இருக்கிறது. அந்தப் பக்கத்தை நோட்டில் காணோம். எங்கே போயிற்று அது?

கிழித்துக் கப்பல் விட்டாயிற்று.

லெச்சுமியின் நெஞ்சு 'திக்திக்' என்று அடித்துக்கொண்டது. ஒவ்வொரு நோட்டையும் பார்த்து, கையெழுத்து இட்டு வந்துகொண்டிருந்தார். கணக்கு சார். இவள் முறை வந்தது.

"எங்கடி கணக்கு?"

"போடலை"

பிரபஞ்சன் | 153

"ஏன் போடலை?"

அவள் மௌனமாக இருந்தாள்.

கணக்கு சார், அவள் கன்னத்தைப் பார்த்து அறைந்தார். வெள்ளை வெள்ளையாக நட்சத்திரங்கள் மாதிரி, தெரிந்தன லெச்சுமிக்கு.

"இந்த வயசுலேயே உனக்கு ஆம்பிளை கேக்குதே? உனக்கு எப்படிடி கணக்குப் போட நேரம் கிடைக்கும்?"

மீண்டும் ஒரு முறை, இந்த முறை கழுத்தில்.

"முளைச்சு மூணு இலை விடலை. அதுக்குள்ளே ஆம்பிளை ஆம்பிளை வேணுமோடி உனக்கு?"

பக்கத்தில் பதைபதைப்போடு அமர்ந்திருந்த சிட்டிக்கும் ஓர் அறை விழுந்தது.

லெச்சுமிக்கு அழுகை அடைத்துக்கொண்டு வந்தது. சப்தம் இல்லாமல் அவள் அழுதாள். ஆனால் அவளுக்குப் புரியவில்லை.

"சொல்லு... ஆம்பிளை வேணுமோடி உனக்கு!"

மீண்டும் முதுகு, கன்னம் என்று அறைந்தார், கணக்கு சார். "சதா சர்வ காலமும் ஆம்பிளைப் பையனுங்ககூடவே சுத்தத் தெரியுது. கணக்கு போட மட்டும் நேரம் இல்லயோடி உனக்கு, ஆம்பிளைப் பைத்தியமே..."

கணக்கு சார், அகன்றார்.

விசித்து விசித்து அழுதுகொண்டே இருந்தாள் லெச்சுமி.

விளையாட்டு மணி அடித்தது.

லெச்சுமியும், சிட்டியும் தண்ணீர் குடித்தார்கள். லெச்சுமியின் கன்னத்தில் கண்ணீர் வழிந்து காய்ந்திருந்தது.

"ரொம்பத்தான் அடிக்கிறாரு கணக்கு சார்" என்றான் கனத்த மனசுடன், சிட்டி.

கண்களைத் துடைத்தபடி லெச்சுமி கேட்டாள்.

"சிட்டி, ஆம்பளை, ஆம்பளைன்னு சொன்னாரே கணக்கு சார், ஆம்பளைன்னா என்னடா அர்த்தம்?"

1995

மனமயக்கம்

எல்லோரும் புறப்படத் தயாரானார்கள், வீட்டுக்குத்தான். வீடு என்பது அவர்களின் கூடு. அவர்களுக்கெல்லாம் மகிழ்ச்சி தந்து ஆசுவாசப்படுத்தி, களைப்பு நீக்கி, அடுத்த நாளுக்கான பலத்தையும் புத்துணர்ச்சியையும் தந்து வழி அனுப்பி வைக்கும் அன்பு குடியிருக்கும் இல்லம்.

மாலைக் காலத்துக்கே உரிய, அதுவும் வீட்டுக்கு புறப்படும் நேரத்துக்குரிய சப்தங்கள் எழத் தொடங்கியிருந்தன. இந்தச் சப்தம் ஒரு காலத்தில் செல்விக்கும் மகிழ்ச்சி தரும் சப்தங்களாகத்தான் இருந்தன. மேசை கவையத்தை இழுக்கும் சப்தம். "சார்..." அப்புறம் சாப்பாட்டுப் பெட்டியை எடுத்து "டக்" என்று மேசை மேல் வைக்கும் சப்தம். அதை எடுத்துப் பைக்குள் ஜிப்பை "ஸ்ஸ்" என்று இழுத்து, அதன் உள்ளே தள்ளும் சப்தம். அப்புறம் ஜிப்பை மூடும் சப்தம். கவையத்தைக் கடைசி தடவையாக நோட்டம் விட்டு சாத்தும் சப்தம். செருப்பை இழுத்துக் காலில் கோத்துக் கொள்ளும் சப்தம். நாற்காலியைப் பின்னுக்குத் தள்ளும் சப்தம். எழுந்து நின்று நடந்து, படி இறங்கி வெளியேறும் சப்தம்.

இந்தச் சத்தங்கள் எதன் பொருட்டும் மாறு படுவதில்லை. எவ்வளவு இனிமையான சப்தம். விடுதலை உணர்வின் சப்தம் இது. செல்வியும் இதை அனுபவித்தவள்தான். ஒரு காலத்தில் அவள் மனசுக்குள் சந்தோஷம் இருந்தது. அஞ்சு மணியிலிருந்தே வாசல் கதவின் அருகில் வந்து நின்று, அவளை எதிர்பார்த்துக்கொண்டிருக்கும் அம்மாவின் உருவில், மாசு மருவற்ற விடுகதைகளை மனசில் வைத்துக்கொண்டு, அக்கா வந்தால் சொல்லலாம்

பிரபஞ்சன் | 155

என்று கூடைப் பூவைத் தலையில் கொட்டுகிற மாதிரி, அம்மாவுக்கு முன்னால் தெருமுனைக்கே வந்து நிற்கிற தங்கை இருந்தாள்.

இப்போது இருவரும் இருக்கத்தான் செய்கிறார்கள். ஆனால், அவள் மட்டும் புருஷன் வீட்டில் இருக்கிறாள்.

சோமுவை நினைத்ததுமே, அவள் மனம் மேலும் சுண்டக் காய்ச்சின பாலாட்டம் கொஞ்சம், கொஞ்சமாகச் சுருங்கியதும், செல்வியின் சக ஊழியக்காரி சுபா, புறப்பட்டு விட்ட ஆயத்தத்துடன் அவள் அருகில் வந்து நின்றாள்.

“என்ன, இன்னும் புறப்படலையா?” என்றாள் சுபா, செல்வியைப் பார்த்து.

“சுபா, ஜன்னல் வழியாகப் பார். எதிரே பஸ் ஸ்டாண்ட்ல சோமு நிற்கிறாரா, கவனி”

சுபா, ஜன்னலை நெருங்கிப் பார்த்தாள். எதிரே பஸ் ஸ்டாண்டின் இரும்புக் கம்பத்தில் இரண்டாவது கம்பம்போல நின்றிருந்தான் சோமு.

“நிக்கிறார்” என்றாள் சுபா. சொல்கிறபோதே சுபாவின் குரலிலும் வருத்தம் இழையோடிற்று.

“என்ன பண்ணப்போறே?”

“சம்பளப் பணத்துக்காகத்தான் நிற்கிறார். கொண்டு போய்க் கொடுத்துவிட்டு வந்துடறேன். இரு, தலையை வலிக்குது காபி சாப்பிடுவோம்.”

பையைத் திறந்து, சம்பளக் கவரை எடுத்துக்கொண்டு படி இறங்கிக் கீழே வந்தாள். வாகனங்களுக்கெல்லாம் வழிவிட்டு தெருவைக் கடந்து சோமுவின் அருகில் வந்து நின்றாள்.

“இங்கே ஒரு வேலையா வந்தேன். அப்படியே உன்னையும் அழைச்சுக்கிட்டுப் போகலாம்னு வந்தேன்”

கல்யாணம் ஆகி இந்தப் பதின்மூன்று மாதங்களாகவே, மாதத்தின் கடைசி நாளான சம்பளம் தருகிற அன்று அவன் வருகிறான். சரியாக, அந்த நாளில்தான் அவனுக்கு ஏதோ வேலை வந்துவிடுகிறது.

பதிலே பேசாமல், சம்பளக் கவரை அவனிடம் நீட்டினாள்.

“நீ வரவில்லையா?” என்றான் அவன் பணத்தை வாங்கி பத்திரமாய் உள்சட்டைப் பைக்குள் வைத்தபடி

"எனக்கு வேலை இருக்கு, நான் புறப்பட இன்னும் ஒரு மணி நேரம் ஆகும்"

"சரி" என்று அவன் தன் புல்லட்டை நோக்கிச் சென்றான்.

"ஒரு அஞ்சு ரூபாய் கொடுங்களேன்! தலையை வலிக்குது, காபி சாப்பிடணும்"

அவன் பைக்குள் கையை விட்டான். சில்லறைகளை எடுத்தான், எண்ணினான்.

"காபிக்கு ரெண்டு ரூபாய் போதாதா?" என்றான்.

அவள் மௌனமாக நின்றாள்.

அவள் கையில் சில்லறைகளைக் கொடுத்து விட்டு, சப்தமும் புகையும் எழ, அவன் புல்லட்டைக் கிளப்பிக்கொண்டு சென்றான்.

செல்வி அலுவலகத்துக்குத் திரும்பினாள். காத்துக் கொண்டிருந்த சுபா, "போகலாமா" என்றாள் சுரணை இல்லாத குரலில். செல்வி, "காபிக்குச் சில்லறை இல்லை, சுபா, என்கிட்டே ரெண்டு ரூபா பத்து பைசாதான் இருக்கு."

"பரவாயில்லையே, பத்து பைசா அதிகம் கொடுத்திருக்காரே உன் காதல் கணவர்."

"தெரியாம கொடுத்திட்டார்" என்றாள் செல்வி சிரித்துக்கொண்டே.

சுபாவால் சிரிக்க முடியவில்லை.

"சரி வா, காபி சாப்பிடுவோம்."

போகும்போதே சுபா ஒரு சாரிடான் மாத்திரையும் வாங்கினாள்.

இருளும், லேசான வெளிச்சமும் இதமான குளிரும் நிறைந்த அந்த சூழ்நிலை செல்விக்குப் புத்துணர்ச்சி ஊட்டியது. அங்கேயே இருந்துவிட வேண்டும்போல இருந்தது. காபி சாப்பிடும் இடத்தில் ஒருத்தி தங்க முடியுமா?

"என்ன உள்ளுக்குள்ளேயே சிரிப்பு!" என்று கேட்டாள் சுபா.

"திடீர்னு, வெள்ளம் வந்து, ஊரே முழுகிடணும். என் வீட்டுக்குப் போறதுக்கோ, அங்கிருந்து இங்கு என்னைத் தேடிக்கிட்டு யாரும் வர்றதுக்கோ முடியாம போயிடணும். வெள்ளம் வடிய பல நாள் ஆகும். அது வரைக்கும் நான்

இங்கேயே இருந்துடலாம் இல்லையா?" என்று சொல்லிவிட்டுச் சிரித்தாள், செல்வி.

சுபாவால் சிரிக்க முடியவில்லை.

"பைத்தியம் மாதிரி பேசாதே, கிளம்பு."

"எதுக்கடி அவசரப்படறே. உனக்குப் புருஷன், மாமியார் இருக்காங்களா, உழைக்கும் மகளிர் விடுதியில நிம்மதியா இருக்கிற ஒண்டிக்கட்டை, எதுக்குப் பறக்கிறே?"

"சரிபோதும், கிளம்பு. அக்கரைக்கு இக்கரை பச்சை"

பஸ்ஸுக்கு நின்றாள். வழக்கம்போல அது தாமதமாகத்தான் வரும். வரட்டுமே. அதனால் நல்லதே தவிர தப்பில்லை. சீக்கிரமாக என்னத்துக்கு வீட்டுக்குப் போக வேண்டும். மாமியார், அடுக்களையில் இருந்து தடுமாறுவாள். தடுமாறட்டுமே, சம்பளம் வாங்குகிறவள் நான் என்றாலும் அதைத் தட்டிப் பறிப்பவள் அவள் அல்லவா? நல்லாவே தடுமாறட்டும். பதற்றத்தில் ஏதாவது சுவரில், கட்டையில் தட்டுமுட்டுச் சாமானில் இடித்துக்கொள்ளட்டும்.

"ஐயோ, உயிர் போச்சே" என்று கிழவி காலைப் பிடித்துக்கொண்டு அழுதுகொண்டிருக்கிறாள். பிரமைதான். சந்தோஷமான பிரமை.

செல்வி சிரித்தாள். பக்கத்தில் இரண்டாயிரம் ஆண்டு கவலையோடும், எண்ணெய் வடிகிற முகத்தோடும் நின்ற ஒரு பெண்மணி திடுக்கிட்டுப் போய்ச் செல்வியைப் பார்த்தாள்.

செல்வி, முகத்தைத் திருப்பிக்கொண்டு எதிர்புறம் போகும் பஸ்ஸை நோட்டம் விட்டாள். திடுமென பஸ்ஸில் அவள் அப்பா அமர்ந்திருப்பது தெரிந்தது.

"அப்பா" என்று தனக்குள் அழைத்தாள்,

அந்த உருவம் இவள் பக்கம் திரும்பியது. உண்மையில் அது அவள் அப்பா இல்லை. அப்பாவைப்போலவே இருக்கிற இன்னொரு நபர். உலகத்தில் ஒருத்தரைப்போலவே அச்சு அசலாக ஏழு பேர் இருப்பார்களாமே! ஆனால் இந்த பஸ்ஸில் பயணம் செய்ய முடியாது. எந்த பஸ்ஸிலும் பயணம் பண்ண முடியாது. ஏன் என்றால் அப்பா காலமாகி நான்கு மாதங்களாகி விட்டதே.

அப்பாவுக்கு ஏனோ, அரசு அலுவலர்கள், தனியார் கம்பெனி அலுவலர்கள் வெறுத்துப் போய் விட்டார்கள். அவருக்கு அவர்கள் மேல் பகையே இருந்தது. இதுக்கு என்ன மனோவியல் காரணம்

என்று இந்த நிமிஷம் வரைக்கும் செல்விக்குத் தெரியவில்லை. அவர் அம்மாவிடம் சொன்னதை ஒருமுறை செல்வியும் கேட்க நேர்ந்தது.

"என் பொண்ணை ஒரு பாழும் கிணற்றுல பிடித்துத் தள்ளினாலும் தள்ளுவேனே தவிர, ஒரு கவர்மெண்ட் உத்தியோகஸ்தனுக்குத் தரமாட்டேன். அயோக்கியர்கள், நாங்கள் சிறைக்குப் போய் தடியடி பட்டு வாங்கிக் கொடுத்த சுதந்திரத்தை அனுபவிக்கிற பசங்கள். எங்களை மதிக்கலையே, என்ன அக்கிரமம். ஒரு பயலாவது வேலை செய்யறாங்கிறியா? ஜாடா, மேசையை, நாற்காலியைத் தேய்க்கிறானுங்க, மாசம் பிறந்தா சுளையா சம்பளம் வாங்கறோமே, வேலை செய்ய வேணாமா என்கிற மனசாட்சியே இல்லாத பசங்கள். தினம் மாடா, உழைச்சுக் கஞ்சி குடிக்கிற பயலுக்குத்தான், என் பொண்ணு" என்றார் அப்பா.

அப்பாவுக்கு ஏன் இந்தக் கோபம், தியாகி பென்ஷன் கேட்டு ஒரு ஐ.ஏ.எஸ். ஆபீசர் முன் போய் நின்று அப்பா அவருக்கே உரித்தான தமிழில் பேசத் தொடங்கி இருக்கிறார். மொழி புரியாத அந்நிய மாநிலத்தானாகிய அவன், ஏதோ ஊமைப்படம் பார்க்கிற மாதிரி அப்பாவைப் பார்த்து ஏதோ இந்தியில் பேசி இருக்கிறான். அவன் பேசுவது அப்பாவுக்குப் புரியவில்லை. பியூன் வந்து அப்பாவைக் கையைப் பிடித்து வெளியே அழைத்து வந்திருக்கிறான். கழுத்தில் கையை வைக்கவில்லை. நல்லவேளை அந்த நிமிஷம் தொடங்கி அரசாங்க உத்தியோகஸ்தர்களும், அவர்களைக் கட்டி மேய்க்கத் தவறிய அரசாங்கமும் அப்பாவுக்கு எதிரியாகி விட்டார்கள்.

அப்பா சொன்னதுபோல செல்வியை அரசாங்க உத்தியோகஸ்தருக்குக் கட்டிக் கொடுத்து அவளை கிணற்றில் தள்ளிவிடவில்லை. மாறாக ஒரு பலசரக்குக் கடை முதலாளிக்குக் கட்டிக் கொடுத்ததன் மூலம் மேற்படி காரியத்தைச் செய்து முடித்தார். பஸ் என்கிற சனியன் வந்து தொலைத்தது. ஏறி அமர்ந்தாள்.

"டிக்கெட்" என்றார் நடத்துனர்.

"எங்கே?" என்பதை முகத்தால் அவர் கேட்டார்.

"நரகத்துக்கு" என்றாள் செல்வி, மௌனமாய்,

"எங்கேம்மா?" என்றார் நடத்துனர்.

"ராதாபுரம்."

பிரபஞ்சன் | 159

சீட்டை வாங்கிக்கொண்டு சாய்ந்து அமர்ந்தாள். காற்று முரட்டுத்தனமாக முகத்தில் மோதியது. காற்றும் எப்போது ஆம்பிளையாக மாறியது? அப்பா மாதிரி, சோமு மாதிரி. அப்பா சொன்னார்.

"மாப்பிள்ளை ரொம்ப சிக்கனம்மா... அனாவசியமா ஒரு காசு செலவு பண்ணமாட்டாராம். நல்லதுதானே? வாரி விட்டால் அப்புறம் கஷ்டம் என்று வந்தால் எவன் தாங்குவான்? நீ சவுகரியமாக இருப்பாய. எவ்வளவு பெரிய முதலாளி? துளி பந்தா, துளி அகங்காரம், துளி எடுத்தெறிகிற பேச்சு, பேசப்படாது. கொஞ் சம்கூட டாம்பீய்ம்? மூச்! லட்சாதிபதி, துவைச்ச சட்டையில்தான் வர்றார். பிசாத்து மாச சம்பள கவர்மெண்ட் உத்தியோகஸ்தன் சள்புள்னு கஞ்சி போட்ட சட்டையில வர்றான்" கல்யாணம் = அடக்கம்= துவைச்ச சட்டை என்றார் அப்பா. தாலி செல்வியின் கழுத்தைச் சுற்றி நெருக்கி, அவனுடன் படுத்து, கன்னிகழிந்து, மஞ்சள் பூசிக் குளித்து, இரத்தப் பாவாடையை ரகசியமாகத் துவைத்து அலுவலகம் போய்...

அப்பா அன்று அலுவலகம் வந்திருந்தார். கல்யாணத்துக்குப் பிறகு செல்வி கணவன் வீட்டுக்கு வந்த பிறகு முதல் முதலாகப் பார்க்க வந்திருக்கிறார். ஒரு பையைக்கொண்டு வந்திருந்தார். அதற்குள் ஏராளமான இனிப்புகள் பழங்கள் இருந்தன. வந்து சேர்ந்த நேரத்தில், பெண் அலுவலகத்தில்தான் இருப்பாள் என்கிற அனுமானத்தில் வந்து சேர்ந்திருக்கிறார்.

மணி ஐந்தானவுடன் ஒரு சடங்குபோல டிபன் பாக்ஸை எடுத்து பையின் ஜிப்பைத் திறந்து அதில் வைத்த அவள் அப்பாவுடன் புறப்பட்டு, வீட்டுக்குப் போக படி இறங்கினாள். பாதிப் படியில் சோமு எதிர்ப்பட்டான். அவன் முதன் முதலாக அலுவலகம் வந்திருக்கிறான். அவளுக்கே ஆச்சர்யம்.

"எங்க இப்படி?"

"இங்க ஒரு வேலை அப்படியே உன்னையும் அழைச்சுக்கிட்டுப் போக வந்தேன்" என்றவன், அப்பா பக்கம் திரும்பி, "வாங்க மாமா, எப்போ வந்தீங்க?" என்றான். அவர் பதிலை எதிர்பாராமல் இன்னிக்குச் சம்பளத் தேதி இல்லையோ?" என்றான்.

"ஆமாம்" என்றபடி சம்பளக் கவரை எடுத்து அவனிடம் தந்தாள். அவன் அவளைத் தனியாக அழைத்துப் போய் சொன்னான்.

“மாமா, சம்பளத்தை வாங்கிட்டுப் போக வந்திருக்காரா? நீ தரக்கூடாது செல்வி, கல்யாணத்துக்குப் பின்னால அது எனக்குத்தான் சேரணும்”

செல்வி அப்போதுதான் அவனை முதன் முதலாக அடையாளம் கண்டாள். அவளுக்கு டைரி எழுத வேண்டும்போல இருந்தது. எழுதிய பழக்கமும் இல்லை. டைரியும் இல்லை. அவளிடம் சின்னஞ்சிறிய டைரி ராகு, எமகண்டம், அரசு விடுமுறை தினங்கள் அச்சிட்ட சின்ன புத்தகம் இருந்தது. அதில், விரிவாகவும் எழுத முடியவில்லை. அதை அவன் பார்த்து விடக் கூடும். இடமும் இல்லை, இரண்டே வரிகளில்

“குறிஞ்சி பூக்கும் என்று காத்திருந்தேன்.”

“நெருஞ்சி முள் முளைத்தது, நெஞ்சைக் கிழித்தது”

என்று எழுதி தேதியிட்டு கையெழுத்துப் போட்டு வைத்தாள்.

பஸ், ஏதோ டிராபிக்கில் சிக்கிக்கொண்டு நின்றது. முன்னாலும், பின்னாலும் வண்டிகள் நின்றன. களேபரமாக இருந்தது. பொறுமை இழந்து எல்லோரும் ஹார்ன் அடித்துக்கொண்டு முன்னால் இருக்கிற வண்டியை நெருக்கினார்கள். அவளுக்கு ஆச்சர்யம். இப்படி ஓடி ஓடிச்சேர எந்த இடம் அவர்களுக்கு இருக்கிறது. புத்தகக் கடைக்கு நேராக பஸ் நின்றுகொண்டிருந்தது. ஒரு கணம் மனசு பரபரத்தது. இறங்கி புத்தகக் கடைக்குள் நுழைந்து புத்தகங்களைப் புரட்டலாம் என்று நினைவு ஓடியது. கல்யாணம் ஆகி சில மாதங்கள் ஆகியிருந்தன. இத்தனை மாதங்களும், ஏதோ வேலையாக அந்தப் பக்கம் வந்து சம்பளத்தை வாங்கிப் போய் இருந்தான் சோமு. கையில் நாலணாகூட இல்லையே!

மனம் குழம்பியது. மாதத்துக்கு நாலு புத்தகமாக வாங்குகிற பழக்கம் அவளுக்கு இருந்தது, கல்யாணத்துக்கு முன்னால். அந்தப் பழக்கம் காரணமாக ஒருமுறை புத்தகக் கடைக்குள் நுழைந்து அவளுக்குப் பிடித்த எழுத்தாளரின் புத்தகத்தை வாங்கிக்கொண்டாள். விலை நூறுக்குள்தான். எடுத்துக்கொண்டு வீட்டுக்குப் போனவள் சோமுவிடம் அதைக் காட்டினாள்.

“என்ன இது?” என்று செத்த எலியைப் பார்ப்பது மாதிரிக் கேட்டான்.

“தெரியலையா. புத்தகங்கள்” என்றாள் செல்வி சிரித்துக்கொண்டு, இது போன்ற சந்தர்ப்பங்களில் அவளுக்குச் சிரிக்கவே தோன்றியது.

“இது எதுக்குக் காசை வீணாக்கிட்டு, இதெல்லாம் கல்யாணத்துக்கு முன்னால் சரி, இப்போ சரியா வருமா?” என்றான் சோமு.

அவளை இரு கூறாக்கி விட்டான் சோமு. கல்யாணத்துக்கு முன் ஒரு செல்வி, கல்யாணத்துக்குப் பின் ஒரு செல்வி, அதாவது க. மு. செல்வி, க. பி. செல்வி. அன்று தொடங்கி புத்தகம் வாங்குவதை விட்டொழித்தாள். அன்று இரவு அவளுக்கு எழுத வேண்டும் என்று இருந்தது. அன்று இரவு அவள் எழுதினாள்.

“எழுத்தை விதைத்தால் எண்ணம் முளைக்கும்
நகத்தைப் புதைத்தால் நாசமே செழிக்கும்.”

அவள் எழுதுவதை அவன் பார்த்தான்.

“என்ன அது?”

அவன் அதை எடுத்துப் படித்தான்.

“இதை பத்திரிகையில் போட்டால் காசு வருமே” என்றான் அவன்,

“காசு தருவார்கள் என்பதால்தான் நான் அனுப்புவதில்லை” என்று சொல்ல நினைத்தாள், சொல்லவில்லை.

சோப் தீர்ந்து போய் விட்டது. குடும்பம் முழுக்க ஒரு சோப்புதான். அவனிடம் சொன்னாள்.

“இன்னிக்கு தேதி 27 தானே. இன்னமும் மூன்று நாள் பொறுத்துக்கோ. சம்பளம் வந்திடும். சோப் வாங்கிடலாம்” என்றான்.

பாவாடைகள் கிழியத் தொடங்கி இருந்தன. பிரா, சின்னதாகி கொக்கி போடக் கஷ்டமாக இருந்தது. ஹேர் ரிமூவர் பயன் படுத்துதே நிறுத்தியாகி விட்டது. டூத் பேஸ்ட்டைகூட ஜாக்கிரதையாகப் பயன்படுத்த வேண்டியிருந்தது. புதுப் பாவாடைகள் வாங்கிப் பல மாதங்களாகி விட்டன. பஸ்ஸை விட்டு வீடு போய்ச் சேர்ந்தபோது அவளுக்கு ஆச்சர்யம் ஒன்று காத்திருந்தது. வீட்டுக்குப் புதுசாக ஒரு நாய் வந்திருந்தது. சோமு, அவளைப் பார்த்ததும் சந்தோஷமாய்ச் சொன்னான்.

“நாகராஜன், ராஜபாளையம் போய் இருந்தார். இதை எனக்காக வாங்கி வந்தார். சாதாரணமாக இந்த மாதிரி ஜாதி நாய்கள் ஆயிரம் ரூபாய் ஆகும். எனக்குச் சும்மா கொடுத்தார்”

நாய்க்கு அவன் சந்தோஷப்படவில்லை. அது சும்மா என்பது அவனுக்குச் சந்தோஷமாக இருந்தது அது. அவனுக்குச் சந்தோஷம் என்கிற அந்த ஒரே காரணத்துக்காகவே அந்த நாயை செல்வி வெறுக்கத் தொடங்கினாள். முதல் பார்வையிலேயே அதன் மேல் அவளுக்கு வெறுப்பு வந்து விட்டது.

"ரொம்ப உசந்த ஜாதி நாய், செல்வி" என்றான் சோமு.

"நாயில்கூடவா ஜாதி?" என்றபடி தன் அறைக்குப் புறப்பட்டாள்.

அது உடம்பை சிலிர்த்தது. உதறிக்கொண்டு அவளைப் பார்த்தது. 'குட்டி' என்று சொன்னார். ஆனால் சதைப் பிடிப்பற்ற உடம்போடு பலமும், உற்சாகமுமாக இருந்தது அது. அவளைப் பார்த்து அது வாலை ஆட்டியது. அதைக் கண்டு கொள்ளமால் அகன்றாள்.

"டாமி" என்று நாய்க்குப் பெயர் வைத்தான் சோமு. அது இருப்பதற்கு என்று செருப்பு விடும் இடத்தை ஒழித்துக் கொடுத்தான். ஆகவே, செருப்பு விடும் இடம் மாற்றப்பட்டது. அதைக் கட்டுவதற்கு எங்கோ போய் ஒரு சங்கிலியும் வாங்கி வந்தான். இலவசமாகத்தான்.

டாமிக்கு என்ன உணவு வைப்பது? கறி போட வேண்டும் என்று சொன்னார்கள். கறி வாங்க வேண்டும் என்கிற யோசனையே சோமுவுக்குக் கசப்பைத் தந்தது. கறி விக்கிற விலை என்ன? அவர்களே இரண்டு வாரத்துக்கு ஒருமுறைதான் கறி சாப்பிடுகிறார்கள் என்றால் நாய்க்குப் போய் அன்றாடம் கறி வாங்கிக் கட்டுப்படி ஆகுமா? ஆனாலும் நாய்க்கு அப்படித்தான் போட வேண்டும் என்றே முடிவாகியது. ஒரு பழைய வேட்டியை மடித்து டாமிக்குப் போட்டுப் படுக்கை ஆக்கினாள் மாமி.

செல்வி, டாமி இருக்கும் மூலையைத் திரும்பியும் பார்ப்பதில்லை என்கிற முடிவில் இருந்தாள். ஆனால் சோமு வேறு முடிவில் இருந்தான். வீட்டில் இருக்கும் நேரமெல்லாம் பெரும்பாலும் டாமியோடு இருந்தான். காலையில் கண் விழித்ததும், டாமி முகத்தில் விழித்தான். டாமியை அழைத்துக்கொண்டு "வாக்கிங்" போனான். அவனே அதைத் தினமும் குளிப்பாட்டினான். உண்ணி பிடிக்காமல் மருந்து, பவுடர் போட்டான். தான் சாப்பிடும்போது அதுக்கும் இட்லியைப் பிட்டுப் போட்டான்.

டாமி, செல்வியைப் பார்க்கும். அவள் மட்டும் தனக்கு எதுவும் போடுவதில்லையே என்று அது தன் கண்களாலேயே

அவளைக் கேட்டது. அதை, அந்தக் கேள்வியை அலட்சியம் செய்தாள் செல்வி. "நீ யார், உனக்கும் எனக்கும் என்ன உறவு" என்று கேட்காமல் கேட்டாள் அவள். அந்தப் பதிலை அது புரிந்துகொண்டிருக்கும் என்று மனப்பூர்வமாக நம்பினாள் அவள். அது புண்பட்டுப் போகும் என்று நினைத்தாள். அந்த நினைவே அவளுக்குச் சந்தோஷமாக இருந்தது. அவள் சிரித்தாள்.

மிகக் குறைவாக சட்னியை வைத்துக்கொண்டு (தேங்காய் ஒன்று அஞ்சு ரூபாய்) சாப்பிட்டுக்கொண்டிருந்த சோமு திடுக்கிட்டு விழித்தான்.

"என்ன சிரிக்கிறே?"

"முன் ஜன்மத்துல, டாமியும் நீங்களும் அண்ணன் தம்பிகளாக இருந்திருப்பீங்கன்னு நினைக்கிறேன்"

அவன் பலமாகத் தலையை ஆட்டி அதை ஒப்புக்கொண்டான்.

"அது என்னமோ தெரியலை. இது மேல எனக்கு அன்பு உண்டாயிடுச்சு" என்றவன் தொடர்ந்து "ஏன் செல்வி, உனக்கு மிருகங்கள் பிடிக்காதோ?" என்றான். பிடிக்கும்... ஆனால் மனுஷர்களை விடவும் அதிகமாக பிடிக்காது. "முதலில் மனுஷர்கள் அப்புறம் மீதி இருந்தால்தான் மிருகம்"

"சீ... இதை மிருகம்னு சொல்லாதே" என்றான் செல்லமாக.

"நான் இதைச் சொல்லலே" என்றாள் செல்வி அவனைப் பார்த்துக்கொண்டு. தொளதொளவென்று தொங்கும் அவனது சதை, அவள் மனசில் விளைத்தது.

"டாமிக்கு தண்ணி வச்சியா?" என்று கேட்பான்.

"டாமி என்னமோ மாதிரி இருக்கே ஏன்?" என்று ஒருமுறை கேட்டான்.

"காஷ்மீர் எல்லையில் பாகிஸ்தான் ஊடுருவாளிகள் புகுந்துட்டாங்களோன்னு கவலையா இருக்கும்"

சோமு, அவளை முறைத்தான். என்ன பதில் சொல்வது என்று அவனுக்கு விளங்கவில்லை.

செல்வி கனவு கண்டாள்.

ஒரு திருமண மேடை. நிறைய கூட்டம், மாப்பிள்ளை சோமு, அவன் அருகில் டாமி. சோமு, அதன் காலை எடுத்துக் கங்கணம் கட்டுகிறான். அப்புறம் வேத கோஷம் முழங்கத் தாலி கட்டுகிறான்.

ரோஜா மாலையை மாற்றிக் கொள்கிறான். உறவுக்காரர்கள் மொய் எழுதுகிறார்கள். நண்பர்கள், பரிசு கொடுக்கிறார்கள். டாமி, 'லொள்' என்கிறது. அதுக்கு 'தாங்க்ஸ்' என்று அர்த்தம்.

"லொள் லொள்" என்கிறது. அது "ரொம்ப நன்றி"

திருமணம் முடிந்து மணமக்கள் பால், பழம் எலும்புத் துண்டு அருந்துகிறார்கள்.

முதலிரவு அறை மிகவும் அழகாக ஜோடித்து வைத்திருக்கிறது. அவன் சவுகரியத்துக்காக அட்டாச்டு பாத். டாமியின் சவுகரியத்துக்காக ஒரு தந்திக் கம்பம் நடப்பட்டிருக்கிறது.

நடு ராத்திரியில் எழுந்து உட்கார்ந்து "சிரி சிரி" என்று சிரித்தாள் செல்வி. எழுந்துகொண்ட சோமு விழித்தான். பயந்தான்.

"என்னம்மா?" என்றான்.

"ஒரு ஜோக்" என்றபடி, பெட்டியைத் திறந்து இரண்டு வரி எழுதினாள்.

"மண்ணில் விதைத்தது பயிராய் விளைந்தது
பாறையில் விதைத்தது பட்டுப் போச்சு"

சோமுவுக்கு ஒரு சிக்கல். கல்கத்தாவில் இருந்து வரவேண்டிய வெங்காயம் கோதாவரி ஆற்றங்கரையில் தங்கிப் போயிற்று. அது அழுகிப் போகுமுன்பு எடுத்து வரவேண்டிய கட்டாயம். செய்தி வந்ததும், உடன் அவன் கேட்டான்.

"டாமியை யார் கவனிச்சுக்கிறது"

மாமி அந்தப் பொறுப்பை ஏற்றுக்கொண்டாள்.

அணா பைசா கணக்குப் பார்த்து அதுக்குத் தனியாகப் பணம் கொடுத்துச் சென்றான். மீண்டும், மீண்டும் சொன்னான்.

"அம்மா... டாமி பத்ரம்... டாமி பத்ரம்... டாமி பத்ரம்..."

டாமியை நெஞ்சில் வைத்துக்கொண்டு போய்ச் சேர்ந்தான். மாமியையும் குறை சொல்ல முடியாது. கண்ணும் கருத்துமாகத்தான் டாமியைக் கவனித்துக்கொண்டாள். எனினும் ஒருநாள் இரவு சங்கிலியிடம் இருந்து அது விடைபெற்று ஓடிப் போயிற்று. மாமி, மார்பில் அடித்துக்கொண்டு அழுதாள். டாமி ஓடிப் போய் விட்டதே என்பதுக்காக இல்லை. மாறாக, மகனுக்கு என்ன பதில் சொல்வது என்பதற்காகத்தான். அவள் பயம் நியாயம் என்று

சோமு வந்ததும் நிரூபணம் ஆயிற்று. இடிந்து போனான். சோமு இரவும் பகலும் அலைந்து அதைப் பட்டியில் அம்பது ரூபாய் கொடுத்து மீட்டு வந்தான்.

கம்பீரமும், அலட்சியப் பார்வையும்கொண்ட டாமி, ஏதோ மிகவும் களைத்துப் போய் இருந்தது. பசியாக இருக்கும் என்று கூறி சமைத்துப் போட்டார்கள். அது சாப்பிடவில்லை. சோமு, இரவு பகலாக அதன் அருகேயே இருந்தான். டாக்டர் வந்து பார்த்து மருந்து கொடுத்தார். மிருக டாக்டர், மனிதர்போலத்தான் இருந்தார். என்ன செய்தும் பயன் இல்லை. அடுத்த மூன்றாம் நாள் டாமி இறந்தது. சிவலோகம், வைகுந்தம் மாதிரி நாய் லோகம் இருந்தால், அங்குப் போய்ச் சேர்ந்திருக்க வேண்டும்.

டாமிக்குப் பக்கத்தில் சோகமாக அமர்ந்து இருந்தான் சோமு.

நாய் படுத்துக் கிடந்தது.

செல்வி அதைப் பார்த்தாள்.

தூங்குவதுபோல இருந்தது.

உயிரோட்டம் மிகுந்த அதன் கண்கள் நிலைகுத்தியிருந்தது.

முதல் முறையாக அந்த டாமி மேல் இரக்கம் சுரந்தது.

“பாவம்” என்று தோன்றியது.

டாமியின் தலை அசைவதுபோல் இருந்தது.

மனப்பிரமைதான்.

டாமியின் தலை மாறி அந்த இடத்தில் சோமுவின் தலை இருந்தது. செல்வி, சோமுவைப் பார்த்தாள். அங்கு உடம்பு, கழுத்துவரை மட்டுமே இருந்தது. அந்த இரண்டு ஜென்மங்களும் மாறி, மாறி அவளுக்குக் காட்சியளித்தது. வாழ்வை இழந்து போன டாமியும் சோமுவும் பாவமாக இருந்தது செல்விக்கு. அவளுக்கு அழுகை வந்தது. அறைக்குள் சென்றாள். அழுதாள். எல்லார்க்குமாக, தனக்காகவும்கூட அவள் அழுதாள். எழுந்தாள், எழுத வேண்டும்போல இருந்தது. டைரியை எடுத்து எழுதத் தொடங்கினாள்.

1995